താടിയപ്പൂപ്പനും ദിച്ചുമോനും

thadiyappupanum dichumonum
(chedikalekurichariyan kathakalilude)
childrens literature

•

dr. r chandramohanan

•

first edition
september 2019

•

published
chintha publishers, thiruvananthapuram

•

typesetting
star communications, thiruvananthapuram

•

cover
vinod mangoes

വിതരണം

ദേശാഭിമാനി ബുക്ക് ഹൗസ്

H O തിരുവനന്തപുരം-695 035
phone: 0471-2303026, 6063026
www. chinthapublishers. com
chinthapublishers@gmail. com

ബ്രാഞ്ചുകൾ

ഹെഡ്ഡാഫീസ് ബ്രാഞ്ച് കുന്നുകുഴി • സ്റ്റാച്യു തിരുവനന്തപുരം • കെ എസ് ആർ ടി സി ബസ് സ്റ്റേഷൻ ആലപ്പുഴ • കെ എസ് ആർ ടി സി ബസ് സ്റ്റേഷൻ എറണാകുളം • മച്ചിങ്ങൽ ലെയ്ൻ തൃശൂർ • ഐ ജി റോഡ് കോഴിക്കോട് • മാവൂർ റോഡ് കോഴിക്കോട് • എൻ ജി ഒ യൂണിയൻ ബിൽഡിങ് കണ്ണൂർ • സെൻട്രൽ ബസ് ടെർമിനൽ കോംപ്ലക്സ് താവക്കര കണ്ണൂർ

CO - 2858 / 5125
ISBN - 978-93-89410-19-8

താടിയപ്പൂപ്പനും ദിച്ചുമോനും
(ചെടികളെക്കുറിച്ചറിയാം കഥകളിലൂടെ)

ഡോ. ആർ ചന്ദ്രമോഹനൻ Ph D, FPSI,
FISPC, FABSc

ചിന്ത പബ്ലിഷേഴ്സ്
തിരുവനന്തപുരം-695 035

ഡോ. ആർ ചന്ദ്രമോഹനൻ

ആലപ്പുഴ ജില്ലയിൽ തലവടിയിലെ രാമവർമ്മപുരത്ത് കുടുംബത്തിൽ 1950 ൽ ജനിച്ചു. ഇപ്പോൾ കായംകുളത്താണ് സ്ഥിരതാമസം. സസ്യ ശാസ്ത്രത്തിൽ (സ്പെഷ്യലൈസേഷൻ: സസ്യരോഗ ശാസ്ത്രം) എം എസ് സിയും സസ്യരോഗശാസ്ത്രത്തിൽ പി എച്ച് ഡിയും ബിരുദങ്ങൾ നേടി. കേരള ഭാഷാ ഇൻസ്റ്റിറ്റ്യൂട്ടിൽ ട്രാൻസ്ലേറ്റർ- സബ് എഡിറ്റർ ആയി ഔദ്യോഗിക ജീവിതം, (1973-74) ആരംഭിച്ചു. ഇന്ത്യൻ കൗൺസിൽ ഓഫ് അഗ്രിക്കൾച്ചറൽ റിസേർച്ചിന്റെ തോട്ടവിള ഗവേഷണ കേന്ദ്ര സ്ഥാപനത്തിൽ 38 വർഷക്കാലത്തോളം ശാസ്ത്രജ്ഞനായിരുന്നു. അവിടെ, റിസേർച്ച് അസിസ്റ്റന്റ്, സയന്റിസ്റ്റ്, സീനിയർ സയന്റിസ്റ്റ്, പ്രിൻസിപ്പൽ സയന്റിസ്റ്റ്, വിള-സംരക്ഷണ വിഭാഗം മേധാവി എന്നീ നിലകളിലാണ് ഗവേഷണം നടത്തിയിരുന്നത്. ഈ കാലഘട്ടത്തിൽ 4 ദേശീയ അവാർഡുകൾ കരസ്ഥമാക്കി. വിവിധ ശാസ്ത്ര സംഘടനകളുടെ പ്രസിഡന്റായും കൗൺസലറായും പ്രവർത്തിച്ചിട്ടുണ്ട്. കേരള, കണ്ണൂർ, മാംഗ്ലൂർ, മൈസൂർ എന്നീ യൂണിവേഴ്സിറ്റികളുടെ റിസേർച്ച് ഗൈഡായിരുന്നു. റിസേർച്ച് ഗൈഡ് എന്ന നിലയിൽ പി എച്ച്ഡി, എം ഫിൽ, എം എസ് സി വിദ്യാർത്ഥികളുടെ വിജയകരമായ ഗവേഷണത്തിന് മേൽനോട്ടം വഹിച്ചിട്ടുണ്ട്.

ഇന്ത്യയിലെ മരങ്ങൾ, വീട്ടിനകത്തൊരു പൂന്തോട്ടം (തർജുമ), *Coconut Palm Capsule with Scientific Tips, Coconut Root (Wilt) Disease* എന്നിവയാണ് പ്രധാന കൃതികൾ. കൂടാതെ, 128 ഗവേഷണ പ്രബന്ധങ്ങൾ, 42 അദ്ധ്യായങ്ങൾ (പുസ്തകങ്ങൾക്ക്) 58 ലേഖനങ്ങൾ എന്നിവയും പ്രസിദ്ധീകരിച്ചിട്ടുണ്ട്. രണ്ടു പുസ്തകങ്ങളുടെ എഡിറ്ററുമായിരുന്നു.

ഭാര്യ : നന്ദിനി
മക്കൾ : ചന്ദ്രിമ, പ്രദീപ്കുമാർ (മരുമകൻ)
ദിയ പ്രദീപ് (കൊച്ചുമകൾ)

വിലാസം : ചാന്ദ്, പുള്ളിക്കണക്ക്, കായംകുളം 690537
ഫോൺ : 9447564688
e-mail : rcmcpcri@yahoo.co.in

ഉള്ളടക്കം

പ്രസാധകക്കുറിപ്പ്

കഥകളിലൂടെ ശാസ്ത്ര ലോകത്തെ അറിയുക എന്നത് അനുകരണീയമായ ആശയമാണ്. വിവരണാത്മകമായ വിവരങ്ങൾ അത്ര എളുപ്പത്തിൽ കുട്ടികളുടെ മനസ്സിൽ പതിയണമെന്നില്ല. ഇവിടെയാണ് കഥാരൂപത്തിലുള്ള വിവരവിനിമയത്തിന്റെ പ്രസക്തി. ഇന്ന് പൊതുവെ അംഗീകരിക്കപ്പെട്ടിട്ടുണ്ടെങ്കിലും മലയാളത്തിൽ ഇത്തരത്തിലുള്ള ശാസ്ത്ര സംവേദനം വേണ്ടുംവിധം വേരുപിടിച്ചു കാണുന്നില്ല.

ഈ സന്ദർഭത്തിലാണ് ഡോ. ആർ ചന്ദ്രമോഹനൻ രചിച്ച *താടിയപ്പൂപ്പനും ദിച്ചുമോനും* പ്രസക്തമാകുന്നത്. പതിനൊന്നു കഥകളുടെ സമാഹാരമാണ് ഈ ലഘു ഗ്രന്ഥം. കുട്ടികൾ അവശ്യം വായിച്ചിരിക്കേണ്ടതാണ് സരളമായ ഭാഷയിൽ രൂപകല്പന ചെയ്തിട്ടുള്ള ഈ കഥകൾ.

വിജ്ഞാന സാഹിത്യത്തിൽ ശാസ്ത്ര കഥകളുടെ ദൗർല്ലഭ്യം പരിഹരിക്കുന്നതിന് ഡോ. ചന്ദ്രമോഹനനെപ്പോലുള്ള പ്രതിഭാധനർ ഇനിയും കൂടുതലായി ഇടപെടേണ്ടിയിരിക്കുന്നു.

ചിന്ത പബ്ലിഷേഴ്സ്

അവതാരിക

കഥ കേൾക്കാൻ ഇഷ്ടമില്ലാത്തവരായി ആരുണ്ട്? കൊച്ചു കുട്ടികൾ മുതൽ പ്രായമായവർ വരെ ഒരുപോലെ ഇഷ്ടപ്പെടുന്ന ഒരു സാഹിത്യസൃഷ്ടിയാണ് കഥ. ശാസ്ത്രസംബന്ധമായ കാര്യങ്ങൾ കഥകളിലൂടെയാകുമ്പോൾ വളരെ വേഗം മനസ്സിലാക്കാനും ഓർത്തിരിക്കാനും പ്രത്യേകിച്ചും വിദ്യാർത്ഥികൾക്ക് എളുപ്പമായിരിക്കും. മാത്രമല്ല, 'ക്വിസ്' പരിപാടികളിലും മറ്റും പങ്കെടുക്കുന്നവർക്ക് വളരെയധികം പ്രയോജനം ചെയ്യും.

ശാസ്ത്രലോകത്തെ അറിയാം കഥകളിലൂടെ എന്ന ആശയം ഉൾക്കൊണ്ട് *താടിയപ്പൂപ്പനും ദിച്ചുമോനും* എന്ന ഈ ചെറിയ പുസ്തകത്തിൽ എല്ലാവർക്കും പ്രയോജനപ്രദമായ കാര്യങ്ങൾ ലളിതമായ രീതിയിൽ രസകരമായ കഥകളിലൂടെ അവതരിപ്പിച്ചിരിക്കുന്നു. ഈ പുസ്തകത്തിലെ ഓരോ കഥകളിലുമടങ്ങിയിരിക്കുന്ന ശാസ്ത്രകാര്യങ്ങൾ പ്രാവർത്തികമാക്കാൻ വിദ്യാർത്ഥികളും മുതിർന്നവരും ഒരുപോലെ ശ്രമിക്കുമെന്നതിൽ സംശയമില്ല.

കഥകൾ വായിച്ചു രസിക്കുന്നതിനോടൊപ്പം അതിലെ ശാസ്ത്രരഹസ്യങ്ങൾ മനസ്സിലാക്കി പ്രയോജനപ്പെടുത്തുക എന്നതുമാത്രമല്ല ഈ പുസ്തകംകൊണ്ട് ഉദ്ദേശിക്കുന്നത്. വിദ്യാ

ലയങ്ങളിൽ പഠിക്കുന്നതും മറ്റ് പല മാർഗ്ഗങ്ങളിലൂടെ കിട്ടുന്നതുമായ പല അറിവുകളും ആസ്വാദ്യകരമായ കഥകളിലൂടെ വിദ്യാർത്ഥികൾക്ക് അവതരിപ്പിക്കുവാൻ കൂടി ഈ പുസ്തകം ഒരു പ്രചോദനവും വഴികാട്ടിയുമാകട്ടെ. ഇതുപോലെയുള്ള കൊച്ചു കൊച്ചു കഥകളിലൂടെ പ്രായോഗികമായ ശാസ്ത്രകാര്യങ്ങൾ മറ്റുള്ളവരിലേക്ക് പകരുന്നത് വികസനത്തിന്റെ പാതയിലേക്ക് കുതിച്ചുയരുന്ന ഈ ലോകത്തിന് നല്കുന്ന വിലയേറിയ സംഭാവനയായിരിക്കും.

വിദ്യാർത്ഥി സമൂഹത്തിന്റെ ഉന്നമനത്തിന് എല്ലാവിധ ആശംസകളും.

പത്മശ്രീ ജയറാം

ഈ കറുത്തമുത്ത് ആരാണ്

മെയ് മാസമായിരുന്നതുകൊണ്ട് രാവിലെ തന്നെ വെയിലിന് നല്ല ചൂടായിരുന്നു. രാജശേഖരനും കുടുംബവും താമസിക്കുന്ന 'വനമാലി' എന്ന വീടിന്റെ ചുറ്റുമുള്ള പുരയിടത്തിൽ പ്ലാവ്, മാവ്, തെങ്ങ്, കമുക്, കൂവളം എന്നുവേണ്ട അശോകം ഉൾപ്പെടെ പലതരം വൃക്ഷങ്ങളും വളർന്ന് പന്തലിച്ച് നില്പുണ്ട്. അതുകൊണ്ട് മുറ്റത്ത് നല്ല തണലാണ്. വീടിനുള്ളിലും അധികം ചൂട് അനുഭവപ്പെടാറില്ല. വീടിന്റെ ചുറ്റുപാടും ഇത്രയും മരങ്ങൾ വെച്ചു പിടിപ്പിക്കുന്നത് ദിച്ചുമോന്റെ അമ്മൂമ്മ ശാരദാമ്മയ്ക്ക് അത്ര ഇഷ്ടമല്ല. ദിച്ചുമോന്റെ അമ്മ ശ്രീദേവിയുടെ അമ്മയാണ് ശാരദാമ്മ.

“വീടിന്റെ പരിസരത്ത് അധികം മരങ്ങൾ പാടില്ല. എങ്കിലേ, നല്ല കാറ്റും വെളിച്ചവും കിട്ടുകയുള്ളൂ.” ഇതെല്ലാം ശാരദാമ്മയുടെ അടിക്കടിയുള്ള ആത്മഗതങ്ങളാണ്. തന്റെ ഭർത്താവ് രാജശേഖരനെ കുറ്റപ്പെടുത്താൻ കിട്ടുന്ന അവസരങ്ങളൊന്നും ശാരദാമ്മ പാഴാക്കാറില്ല. “പെൻഷൻ പറ്റിയതിൽ പിന്നെ ഈ മനുഷ്യന് ഇതാ പണി. കൈയിൽ കിട്ടുന്ന വൃക്ഷത്തൈകളെല്ലാം കൊണ്ടുവന്ന് നടും. പിന്നെ എവിടെയാ ഇത്തിരി പച്ചക്കറി നടുന്നത്.” ആ പറഞ്ഞതെല്ലാം താടിയപ്പൂപ്പനെക്കുറിച്ചാണെന്ന് ദിച്ചു

മോന് അറിയാം.

ശ്രീദേവിയുടെ മകളെ താടിയപ്പൂപ്പൻ മാത്രം വിളിക്കുന്ന ഓമനപ്പേരാണ് ദിച്ചുമോൻ. ദിച്ചുമോൻ സംസാരിക്കാൻ തുടങ്ങിയപ്പോൾ മുതൽ ശ്രീദേവിയുടെ അച്ഛൻ രാജശേഖരനെ താടിയപ്പൂപ്പൻ എന്നാണ് വിളിക്കുന്നത്. സർക്കാരുദ്യോഗത്തിൽ നിന്നു വിരമിച്ച രാജശേഖരന് നരച്ച നീണ്ട താടിയുള്ളതുകൊണ്ടാവാം ദിച്ചുമോൻ താടിയപ്പൂപ്പൻ എന്നു വിളിക്കുന്നത്. തന്റെ കൊച്ചുമകൾ ഇട്ടിരിക്കുന്ന പേര് രാജശേഖരനും വലിയ ഇഷ്ടമാണ്. ഇപ്പോൾ, കുട്ടികളുടെയെല്ലാം താടിയപ്പൂപ്പനാണ് രാജശേഖരൻ. എഴുപതു വയസ്സായ രാജശേഖരന്റെ തലയിൽ ഒരൊറ്റ മുടി പോലുമില്ലെങ്കിലും തന്റെ താടിക്കെങ്കിലും ഒരു അംഗീകാരം കിട്ടിയല്ലോ എന്ന് ഇടയ്ക്കിടെ പറയാറുണ്ട്.

താടിയപ്പൂപ്പനെ കുറ്റപ്പെടുത്തുന്നത് ദിച്ചുമോന് തീരെ ഇഷ്ടമല്ല. രാജശേഖരൻ വൃക്ഷത്തൈകൾ നടുന്ന കാര്യം ശാരദാമ്മ പറഞ്ഞതും അവൾക്ക് ഇഷ്ടപ്പെട്ടില്ല. “അമ്മൂമ്മേ, വീടിനു ചുറ്റും മരങ്ങളും ചെടികളുമെല്ലാം ഉണ്ടെങ്കിലേ നമുക്ക് ധാരാളം ഓക്സിജൻ കിട്ടുകയുള്ളൂ. അതുകൊണ്ടാണ് അമ്മൂമ്മയ്ക്ക് ഇത്രയുമെങ്കിലും ആരോഗ്യം.” രാജശേഖരനെ ശാരദാമ്മ കുറ്റപ്പെടുത്തുമ്പോഴെല്ലാം ഇങ്ങനെയൊക്കെയാണ് ദിച്ചുമോൻ അപ്പൂപ്പനെ പിൻതാങ്ങുന്നത്.

കഴിഞ്ഞ അദ്ധ്യയനവർഷം ദിച്ചുമോൻ ഇംഗ്ലീഷ് മീഡിയം സ്കൂളിൽ 5-ാം ക്ലാസിലായിരുന്നു. ഏകദേശം ഒരു മാസം കൂടി കഴിഞ്ഞാൽ അവൾ 6-ാം ക്ലാസിലാണ്. അവളുടെ സ്കൂളിലെ പേര് ദിവ്യജോതി എന്നാണ്. ക്ലാസിലെ കുട്ടികളെല്ലാം ദിവ്യ എന്നാണ് വിളിക്കുന്നത്. വീട്ടുകാരെല്ലാം അവളെ ദിച്ചു, ദിച്ചുകുട്ടാ എന്നെല്ലാമാണ് സ്നേഹത്തോടെ വിളിക്കുന്നത്. ദിച്ചുമോൻ എന്നത് താടിയപ്പൂപ്പനുമാത്രം വിളിക്കാനുള്ള പേരാണെന്ന് അവൾ ഇടയ്ക്കിടെ അവസരോചിതമായി പറയും. ദിച്ചുമോനും അവളുടെ ക്ലാസിൽ പഠിക്കുന്ന ശ്രീലക്ഷ്മിയും ദേവികയും ആത്മാർത്ഥതയുള്ള നല്ല കൂട്ടുകാരികളാണ്. അവരുടെ സുഹൃദ്ബന്ധം കണ്ട് ക്ലാസിലെ മറ്റു കുട്ടികൾ അസൂയപ്പെടാറുണ്ട്.

അവധിക്കാലമായിരുന്നതുകൊണ്ട് ശ്രീലക്ഷ്മിയും ദേവികയും ദിച്ചുമോന്റെ വീടായ വനമാലിയിൽ രാവിലെതന്നെ എത്തി. വീട്ടുമുറ്റത്തെ തണലിൽ മൂന്നു കൂട്ടുകാരികളും കൂടി കളി തുടങ്ങി. കളിക്കുന്നതിനിടയിലും അവർ കലപിലാ കലപിലാ എന്ന് സംസാരിച്ചുകൊണ്ടേയിരുന്നു. അപ്പോൾ, ദാ, താടിയപ്പൂപ്പൻ തേച്ചുമിനുക്കിയ ഷർട്ടും മുണ്ടും ധരിച്ച് മുറ്റത്തേക്കിറങ്ങി. അപ്പൂപ്പന്റെ വേഷം കണ്ടപ്പോഴേ എങ്ങോട്ടോ യാത്ര പോവുകയാണെന്ന് ദിച്ചുമോന് മനസ്സിലായി. അവളെ കൂടാതെ എങ്ങോട്ടാണ് പോകുന്നതെന്ന് അറിയാൻ അവൾക്ക് ആകാംക്ഷയായി. “അപ്പൂപ്പാ...” എന്ന് നീട്ടി വിളിച്ചുകൊണ്ട് ചോദിച്ചു. “എങ്ങോട്ടാ ഉടുത്തൊരുങ്ങി?” ശാരദാമ്മ സ്ഥിരം ചോദിക്കാറുള്ള ചോദ്യം. ഇങ്ങനെയുള്ള ചില വീട്ടുഭാഷകളെല്ലാം ദിച്ചുമോൻ പഠിച്ചിരിക്കുന്നത് അമ്മൂമ്മയിൽ നിന്നാണ്. ദിച്ചുമോനെ കൂടാതെയുള്ള താടിയപ്പൂപ്പന്റെ യാത്ര അത്ര പിടിച്ചില്ലെന്ന് അവളുടെ ചോദ്യത്തിൽനിന്ന് ആർക്കാണ് മനസ്സിലാകാത്തത്. അവൾ വീട്ടിലുള്ളപ്പോൾ അപ്പൂപ്പനും അവിടെ കാണണമെന്നാണ് അവളുടെ ആഗ്രഹം. ആഗ്രഹം മാത്രമല്ല നിർബ്ബന്ധവും കൂടിയാണ്. അതറിയാവുന്ന രാജശേഖരൻ ചിരിച്ചുകൊണ്ട് വളരെ സ്നേഹത്തോടെ അവളെ സമാധാനപ്പെടുത്തി. “ദിച്ചുമോൻ, ജോസഫ് സാറിനെ അറിയത്തില്ലേ? അപ്പൂപ്പന്റെ ഒപ്പം റിട്ടയർ ചെയ്ത കോട്ടയത്തുള്ള ജോസഫ് സാർ. ആ സാറിന്റെ ഏറ്റവും ഇളയ അനുജന്റെ മകളുടെ വിവാഹമാണ് ഇന്ന്. എന്തെല്ലാം കാര്യങ്ങൾ ഉണ്ടെങ്കിലും അതെല്ലാം മാറ്റിവെച്ച് കല്യാണം കൂടണമെന്നാണ് ജോസഫ് സാർ പറഞ്ഞിരിക്കുന്നത്. അപ്പോൾപ്പിന്നെ പോകാതിരിക്കുന്നത് ശരിയല്ലല്ലോ? അതുകൊണ്ട് അപ്പൂപ്പൻ പോയിട്ടു വരാം.” കളിയിൽ മുഴുകിയിരുന്ന ദിച്ചുമോൻ അത്ര സന്തോഷത്തോടെയല്ലെങ്കിലും അപ്പൂപ്പന്റെ മുഖത്തേക്ക് നോക്കി തലയാട്ടി മൗനസമ്മതം കൊടുത്തു.

ഗേറ്റിനടുത്തേക്ക് നടന്ന താടിയപ്പൂപ്പൻ തിരിഞ്ഞു കുട്ടികളെ നോക്കി എല്ലാവരോടുമായി പറഞ്ഞു. “നിങ്ങൾ വഴക്കൊന്നുമുണ്ടാക്കാതെ സന്തോഷമായി കളിച്ചുകൊള്ളണം. ഇടയ്ക്ക് ദാഹി

ക്കുമ്പോൾ നന്നായി മധുരം ചേർത്ത നാരങ്ങാ ജ്യൂസ് തരാൻ അമ്മൂമ്മയോട് പറയണം. കൂടെ ഓരോ ചോക്ലേറ്റും വാങ്ങാൻ മറക്കണ്ട. ദാ, നിങ്ങളുടെ പ്രിയപ്പെട്ട നീലിമചേച്ചി വരുന്നുണ്ടല്ലോ?" അതുപറഞ്ഞു തീരുന്നതിനു മുൻപു തന്നെ നീലിമ ഗേറ്റു കടന്നെത്തി. രാജശേഖരൻ അവളെ നോക്കി ചിരിച്ച് സന്തോഷം പ്രകടിപ്പിച്ചു. എല്ലാവരേയും സന്തോഷിപ്പിക്കാനായി ഒന്നു രണ്ടു കാര്യങ്ങൾ കൂടി പറഞ്ഞിട്ടാണ് രാജശേഖരൻ പുറത്തിറങ്ങിയത്. "നീലിമ ചേച്ചി വന്നില്ലേ; ഇനിയും എന്തു വേണം? എല്ലാവരും കൂടി ചേർന്ന് ഇന്നത്തെ കളി ഒരു ആഘോഷമാക്കി മാറ്റണം. അപ്പോൾ നിങ്ങൾ തുടങ്ങിക്കോളൂ. ഞാൻ ഇറങ്ങുകയാണ്" "ശരിയപ്പൂപ്പാ. ബൈ" എന്ന് ദിച്ചുമോൻ പറഞ്ഞപ്പോൾ മറ്റുകുട്ടികളും ബൈ താടിയപ്പൂപ്പാ, ബൈ എന്ന് ഉച്ചത്തിൽ വിളിച്ചു പറഞ്ഞു.

വനമാലിയുടെ തൊട്ടടുത്ത് താമസിക്കുന്ന ബാങ്കു മാനേജർ മോഹൻ കുമാറിന്റെയും കോളേജ് അദ്ധ്യാപിക രേഷ്മയുടെയും ഏകമകളാണ് നീലിമ. അവൾ സസ്യശാസ്ത്ര വിഷയത്തിൽ ഡിഗ്രി രണ്ടാംവർഷ വിദ്യാർത്ഥിനിയാണ്. പഠിക്കാൻ മിടുക്കിയായ നീലിമയെ കോളേജ് അദ്ധ്യാപകർക്കും വീട്ടുകാർക്കും കൂട്ടുകാർക്കും എല്ലാം വലിയ ഇഷ്ടമാണ്. ക്വിസ് പരിപാടിപോലെയുള്ള പല മത്സരങ്ങളിലും അവൾ മികവു തെളിയിച്ചിട്ടുണ്ട്. കഴിഞ്ഞ വർഷം ഉപന്യാസമത്സരത്തിൽ കോളേജിൽ ഒന്നാം സ്ഥാനം അവൾക്കായിരുന്നു. പക്ഷേ, പ്രസംഗമത്സരത്തിൽ രണ്ടാം സ്ഥാനമായിപ്പോയി. അതിലും ഈ വർഷം ഒന്നാം സ്ഥാനം ആർക്കും വിട്ടുകൊടുക്കില്ല എന്ന വാശിയിലാണ് നീലിമ.

വനമാലിയിലേക്കുള്ള നീലിമയുടെ വരവ് കുട്ടികൾക്ക് മൂന്നു പേർക്കും കൂടുതൽ സന്തോഷവും ഊർജ്ജവും പകർന്നുകൊടുത്തു. "ഹായ് ചേച്ചി. വരൂ ചേച്ചി" എന്നു പറഞ്ഞുകൊണ്ട് ദിച്ചുമോനും ശ്രീലക്ഷ്മിയും ദേവികയും നീലിമയുടെ ചുറ്റും കൂടി അവളെ സ്വീകരിച്ചു. അവരുടെയെല്ലാം പ്രിയപ്പെട്ട ചേച്ചിയാണ് നീലിമ. അവരെല്ലാം ഒരു വീട്ടിലെ അംഗത്തെപ്പോലെ

യാണ് പെരുമാറുന്നത്.

ദിച്ചുമോന്റെയും കൂട്ടുകാരികളുടെയും കളിയിൽ നീലിമയും കൂടി ചേർന്നു. കളിക്കുന്നതിനിടയിൽ നീലിമ പറഞ്ഞു. "ഞാൻ, നിങ്ങൾക്ക് ഒരു കഥ പറഞ്ഞുതരാം. കഥ കേട്ട ശേഷം അതിലെ നായികയുടെ പേര് നിങ്ങൾ പറയണം. അതുകേട്ടപ്പോൾ ശ്രീലക്ഷ്മി ചോദിച്ചു. "ചേച്ചി, നായികയുടെ പേരിന്റെ ഏതെങ്കിലും ഒരു 'ക്ലൂ' തരാമോ? എന്നിട്ട് കഥ പറഞ്ഞാൽ മതി."

"ശ്ശെടാ, കഥ തുടങ്ങുന്നതിനുമുൻപു തന്നെ ക്ലൂ വേണമെന്നോ അതു കൊള്ളാമല്ലോ?" നീലിമ ചിരിച്ചുകൊണ്ട് അത്ഭുതപ്പെട്ടു കാണിച്ചു. അപ്പോൾ മൂന്നു കുട്ടികളും കൂടി കൊഞ്ചിക്കുഴയാൻ തുടങ്ങി. "ചേച്ചി, ഞങ്ങളുടെ പൊന്നു ചേച്ചിയല്ലേ. പ്ലീസ് ഒരു ക്ലൂ തരൂ." നീലിമ സമ്മതം മൂളി. "ശരി, പറയാം. ആ കഥാനായികയെ പലരും സ്നേഹത്തോടെ കറുത്തമുത്ത് എന്നുവിളിക്കാറുണ്ട്." ഒരു ചെറിയ ക്ലൂ കൊടുത്തു. "ങാ, ഞാൻ കറുത്തതായതുകൊണ്ട് ചേച്ചി എന്നെ കളിയാക്കാനുള്ള പരിപാടിയാണ്." ശ്രീലക്ഷ്മി പരിഭവപ്പെട്ടു. അതുകേട്ടമാത്രയിൽ നീലിമ അവളെ സമാധാനപ്പെടുത്തി. "അശ്ശോടാ, അങ്ങനെയൊന്നും പറയല്ലേ, കുട്ടാ. ചേച്ചി അങ്ങനെയൊക്കെ പറഞ്ഞ് മോളുകുട്ടിയെ വിഷമിപ്പിക്കുമോ! ഈ കഥയിൽ നിങ്ങൾ അറിഞ്ഞിരിക്കേണ്ട പല കാര്യങ്ങളുമുണ്ട്. അതുകൊണ്ട് കറുത്തമുത്ത് എന്ന പേര് എല്ലാവരും ഓർത്തുവെച്ചോണം." അതുകേട്ടപ്പോൾ ശ്രീലക്ഷ്മിക്ക് സന്തോഷമായി. എല്ലാവരും കളി നിർത്തി കഥകേൾക്കാനായി ശ്രദ്ധിച്ചിരുന്നു.

നീലിമ പറയാൻ പോകുന്ന കഥ നല്ല രസകരമായിരിക്കുമെന്ന് കുട്ടികൾക്കെല്ലാവർക്കുമറിയാം. അങ്ങനെയുള്ള വിജ്ഞാനപ്രദമായ കഥകളെ ചേച്ചി അവർക്ക് പറഞ്ഞുകൊടുക്കാറുള്ളൂ. "ഞാൻ കഥ പറയുമ്പോൾ, കറുത്തമുത്ത് അവളുടെ കഥ പറയുകയാണെന്ന് എല്ലാവരും വിചാരിച്ചു കൊള്ളണം. എന്താ എല്ലാവരും റെഡിയല്ലേ?" അത്രയും പറഞ്ഞിട്ട് നീലിമ കഥ ആരംഭിച്ചു.

"ഞാൻ ഒരു കറുത്ത സുന്ദരിക്കുട്ടിയാണ്. കറുത്തതാണെങ്കിലും സായിപ്പിനും മദാമ്മയ്ക്കും എന്നെ എന്തിഷ്ടമാ

ണെന്നോ?" അതുകേട്ടപ്പോൾ വെളുത്തു സുന്ദരിയായ ദിച്ചുമോന് ഒരു സംശയം. "ചേച്ചി, ഈ സുന്ദരി കറുത്തതാകുമ്പോൾ വിദേശികൾ എങ്ങനെ ഇഷ്ടപ്പെടും", "നിറം കറുപ്പാണെങ്കിലും അവൾ എത്ര നല്ലവളാണെന്ന് അറിയാമോ? അതൊക്കെ കറുത്തമുത്ത് അവളുടെ കഥ പറഞ്ഞു തീരുമ്പോൾ നിങ്ങൾക്കെല്ലാം മനസ്സിലാകും. കറുത്തമുത്ത് അവളുടെ കഥ തുടരുകയാണ്. എല്ലാവരും ശ്രദ്ധിച്ചിരിക്കണം." "എല്ലാ രാജ്യക്കാർക്കും എന്നെ എന്തിഷ്ടമാണെന്നോ! അനുദിനം എനിക്ക് പ്രിയം കൂടിക്കൂടി വരികയാണ്. എന്റെ കവിളിലെ നുണക്കുഴി കണ്ടിട്ട് ഞാൻ കള്ളം പറയുകയാണെന്ന് കരുതണ്ട. ഉരുണ്ടു കറുത്ത എന്നെ സ്നേഹത്തോടും സന്തോഷത്തോടും വിദേശികൾ കൂടെ കൊണ്ടുപോകുമ്പോൾ ഇവിടെയുള്ള നീണ്ടു തടിച്ച ചുക്കിച്ചുളിഞ്ഞ ചോരക്കുടുക്കകൾക്ക് ഭയങ്കര അസൂയയാണ്. അതുപോകട്ടെ, എന്റെ കാര്യങ്ങൾ പറയാം.

ഇന്ത്യയിൽ പലയിടത്തും എന്റെ ബന്ധുക്കൾ ഉണ്ടെങ്കിലും മിക്കവരും കേരളത്തിലാണ് താമസിക്കുന്നത്. കർഷകരാണ്, എനിക്ക് താമസിക്കാൻ സ്ഥലവും ആഹാരവും മരുന്നും എല്ലാം തരുന്നത്. എനിക്ക് ആയുസ്സ് വളരെ കൂടുതലാണ്. ജാതി-മത ഭേദമന്യേ എല്ലാവർക്കും എന്നെ എന്തിഷ്ടമാണെന്നോ!

എന്റെ ശരീരപ്രകൃതിയെക്കുറിച്ച് നിങ്ങൾക്ക് അറിയേണ്ടേ? നിവർന്നു നില്ക്കാൻ ബുദ്ധിമുട്ടായതുകൊണ്ട്, തടിയന്മാരായവരുടെ ശരീരത്തിൽ പറ്റിപ്പിടിച്ചുനില്ക്കും. എന്നാൽ അവർക്ക് യാതൊരുവിധ ശല്യവും ചെയ്യത്തില്ല. ആഹാരത്തിനുപോലും അവരെ ആശ്രയിക്കത്തില്ല. ഈ കറുത്തമുത്ത് നീണ്ടു തടിച്ചവളല്ലെന്നു കരുതി തീരെ ദുർബ്ബലയാണെന്നു കരുതരുത്. എന്നെക്കൊണ്ട് മറ്റുള്ളവർക്ക് എന്തു പ്രയോജനമാണെന്നോ! എന്റെ ഓരോ ശരീരഭാഗവും അവർ ഉപയോഗപ്പെടുത്താറുണ്ട്.

എന്നെക്കുറിച്ച് വീണ്ടും വീണ്ടും പുകഴ്ത്തി പറയുമ്പോൾ നിങ്ങൾക്ക് ബോറടിക്കും. അതുകൊണ്ട്, നമുക്ക് കാര്യത്തിലേക്കു കടക്കാം. നിങ്ങൾക്കാർക്കെങ്കിലും എന്റെ പേരു പറയാമോ?" അപ്പോൾ എല്ലാവരും ആലോചനയിൽ മുഴുകി. കുട്ടികളുടെ

ആകാംക്ഷ കണ്ടപ്പോൾ നീലിമ വീണ്ടും ആ ചോദ്യം ആവർത്തിച്ചു. "ഈ കറുത്ത മുത്ത് ആരാണ്? വേഗമാകട്ടെ. എല്ലാവരും ആലോചിച്ച് ഉത്തരം പറയണം."

"കർഷകരുമായി ബന്ധമുള്ളതുകൊണ്ട് ഇത് ഒരു ചെടിയാകാനാണ് സാദ്ധ്യത." ദിച്ചുമോന്റെ മനസ്സിൽ തോന്നിയത് പെട്ടെന്നുതന്നെ പറഞ്ഞു. എല്ലാവരും ആ അഭിപ്രായത്തോടു യോജിച്ചു. നീലിമയും അതു ശരിവെച്ചു. എന്തെങ്കിലും കുറച്ചു 'ക്ലൂ' കൂടി തരാനായി എല്ലാവരും നീലിമചേച്ചിയെ നിർബ്ബന്ധിച്ചു. എന്തായാലും ഈ കൊച്ചുകൂട്ടുകാരെക്കൊണ്ട് പേര് പറയിപ്പിക്കണമെന്ന് മനസ്സിൽ വിചാരിച്ചുകൊണ്ട് നീലിമ കുറച്ചു 'ക്ലൂ' കൂടി കൊടുത്തു. "നമ്മുടെ ആഹാരത്തിലും മരുന്നുകളിലും ഈ കറുത്തമുത്തിന് വലിയ പങ്കുണ്ട്. ഏതാണ്ടൊക്കെ മനസ്സിലായി വരുന്നുണ്ടെങ്കിലും ആർക്കും കൃത്യമായി ഒരു പേരു കിട്ടിയില്ല. നീലിമ ഏതാനും കാര്യങ്ങൾകൂടി പറഞ്ഞുകൊടുത്തു. "ഈ കറുത്തമുത്തിന് കറുത്തസ്വർണ്ണം, കറുത്തപൊന്ന് എന്നീ ഓമനപ്പേരുകളുമുണ്ട്. കറികളിൽ, പ്രത്യേകിച്ചും മീൻകറിയിൽ രുചിക്കും എരിവിനുംവേണ്ടി മിക്കവരും ഉപയോഗിക്കാറുണ്ട്. അതു കേട്ടയുടനെ എല്ലാവരും സന്തോഷത്തോടെ വലിയ ശബ്ദത്തിൽ വിളിച്ചു പറഞ്ഞു. "കുരുമുളക്" നീലിമ കൈയടിച്ച് കുട്ടികളെ പ്രോത്സാഹിപ്പിച്ചുകൊണ്ട്, കുരുമുളകിനെക്കുറിച്ച് കൂടുതൽ കാര്യങ്ങൾ പറഞ്ഞുകൊടുത്തു.

"കുരുമുളക്, നല്ല മുളക് എന്നീ പേരുകളിൽ കേരളത്തിലും 'കാലി മിർച്' എന്ന പേരിൽ വടക്കേ ഇന്ത്യയിലും നമ്മുടെ കഥാനായികയായ കറുത്തമുത്ത് പ്രസിദ്ധമാണ്. വിദേശികളുടെ ഇടയിൽ Pepper എന്ന പേരിൽ അറിയപ്പെടുന്ന കറുത്തമുത്തിന്റെ ശാസ്ത്രനാമം Piper nigrum എന്നാണ്. പന്നിയൂർ-1, കരിമുണ്ട, കുതിരവള്ളി, കല്ലുവള്ളി, അയിംപീരിയൻ, കൊറ്റനാഡർ മുതലായ പല ഇനങ്ങൾ കുരുമുളകിനുണ്ട്.

മഴക്കാലം തുടങ്ങുന്നതോടെയാണ് കുരുമുളക് പൂക്കുന്നത്. ഇതിന്റെ പൂവെന്നു പറയുന്നത് പല പുഷ്പങ്ങളുള്ള കനം കുറഞ്ഞ നീണ്ട പൂങ്കുലയാണ്. ഇതിന് 'തിരി' എന്നാണ് നമ്മുടെ

നാട്ടിൽ സാധാരണ പറയുന്നത്. മഴ പെയ്യുമ്പോൾ പൂക്കളിൽക്കൂടി വെള്ളം ഒലിച്ചിറങ്ങുന്നു. ഈ വെള്ളത്തിൽ കൂടിയാണ് പരാഗണം നടക്കുന്നത്.

മിക്ക രാജ്യങ്ങളിലും പലതരം കറികളിലും പ്രത്യേകിച്ചും മാംസാഹാരത്തിൽ കുരുമുളക് ഒരു അവിഭാജ്യഘടകമാണ്. വിവിധ ഇനം ആയുർവ്വേദ ഔഷധങ്ങളിൽ ഇത് ഒരു പ്രധാന ചേരുവയാണ്. "എനിക്ക് പനി വന്നപ്പോൾ അമ്മൂമ്മ കുരുമുളകും, തുളസിയും, ചക്കര (കരിപ്പൊടി)യും മറ്റും ചേർത്ത് കഷായം ഉണ്ടാക്കി തന്നായിരുന്നു. എന്തൊരു എരുവ് ആയിരുന്നെന്നോ! അപ്പോഴാണ്, അവർ ഓരോരുത്തരും പനി വന്നപ്പോൾ കുടിച്ച കഷായത്തിന്റെ മധുരത്തോടൊപ്പമുള്ള എരുവിനെക്കുറിച്ച് ഓർത്തത്. എല്ലാവരും കൂടി ഈ... എന്ന് നീട്ടി ശബ്ദമുണ്ടാക്കി. "എന്തൊരു എരുവ്" എന്ന് ഉച്ചത്തിൽ വിളിച്ചു പറഞ്ഞുകൊണ്ട് 'കട, കട എന്ന് ചിരിച്ചു. ശബ്ദം കേട്ട് ദിച്ചുമോന്റെ അമ്മൂമ്മ വീട്ടിനു പുറത്തേക്കിറങ്ങി വന്നു. "എന്താ, ഇവിടെ വലിയ ശബ്ദ കോലാഹലം എന്നു നോക്കാനാ ഞാൻ വന്നത്. സമയമെത്രയായെന്ന് വല്ല നിശ്ചയവുമുണ്ടോ? ഇന്നത്തെ കളി അവസാനിപ്പിച്ചുകൂടെ?" ശാരദാമ്മയുടെ ചോദ്യത്തിന് നീലിമയാണ് ഉത്തരം പറഞ്ഞത്. "അമ്മൂമ്മേ, ഞങ്ങൾ കഥ പറയുകയായിരുന്നു. ഇനിയും ഓരോരുത്തരും വീട്ടിലേക്കു പോകാനുള്ള ഒരുക്കത്തിലാണ്."

സമയം ഉച്ചകഴിഞ്ഞ് രണ്ടു മണിയായി. ഊണു കഴിക്കേണ്ട സമയം കഴിഞ്ഞിരിക്കുന്നു. അതുകൊണ്ട്, അന്നത്തെ കഥയും കാര്യവുമെല്ലാം അവസാനിപ്പിക്കാൻ നീലിമ തീരുമാനിച്ചു. "നിങ്ങൾക്കെല്ലാം കറുത്തമുത്തിനെ പരിചയമായപ്പോൾ ഒരുപാട് ഇഷ്ടമായില്ലേ?" നീലിമ എല്ലാവരോടുമായി ചോദിച്ചു. ദിച്ചുമോനും കൂട്ടുകാർക്കും വലിയ സന്തോഷമായി. അവർ ഒരേ സ്വരത്തിൽ പറഞ്ഞു. "ഇഷ്ടമായെന്നു മാത്രമല്ല; നാളെ സ്കൂളിലെ മറ്റു കൂട്ടുകാരോടും 'ക്ലൂ' ഒന്നും കൊടുക്കാതെ ഈ കഥ പറയും. എന്നിട്ട് ചോദിക്കും. ഈ കറുത്തമുത്ത് ആരാണ്?"

അമ്മായിയമ്മയുടെ നാക്ക്

ആഗസ്ത് 15. സ്വാതന്ത്ര്യ ദിനം. വിദ്യാലയങ്ങളിലെ സ്വാതന്ത്ര്യദിനാഘോഷപരിപാടികളെല്ലാം കഴിഞ്ഞ് രാവിലെ 10 മണിയോടെ കൊച്ചുകുട്ടികളെല്ലാം വീട്ടിൽ തിരിച്ചെത്തി. അവധി ദിവസങ്ങളിലെ പതിവുപോലെ അന്നു ദിച്ചുമോൻ ഹോംവർക്ക് വേഗം ചെയ്തു കഴിഞ്ഞു. പഠിത്തത്തിനിടയിൽ താടിയപ്പൂപ്പനോട് ചില സംശയങ്ങളെല്ലാം ചോദിച്ച് മനസ്സിലാക്കുകയും ചെയ്തു. ഭാഗ്യത്തിന് ഇന്ന് ഹോംവർക്ക് വളരെ കുറവായിരുന്നു. അവൾ മനസ്സിൽ വിചാരിച്ചു. പഠിച്ചുകഴിഞ്ഞപ്പോൾ അവൾ നീട്ടിവിളിച്ചു. "അമ്മേ... അമ്മേ, ഞാൻ എല്ലാം പഠിച്ചു കഴിഞ്ഞു. ഇനിയും കുറച്ചുനേരം കളിച്ചോട്ടെ." "ശരി മോളേ... താടിയപ്പൂപ്പന്റെ അടുത്തിരുന്ന് കളിച്ചോളൂ." അടുക്കളയിൽ പാചകത്തിന്റെ അവസാന മിനുക്കുപണിയിലായിരുന്ന ശ്രീദേവി അനുവാദം കൊടുത്തു. മകൾ ശ്രീദേവി പറയുന്നതു കേട്ട് രാജശേഖരൻ പത്രവായന നിർത്തിയിട്ടു പറഞ്ഞു. "ദിച്ചുമോനെ അമ്മ പറഞ്ഞതു കേട്ടില്ലേ. വരൂ. നമുക്ക് തണലിൽ പോയിരുന്ന് കളിക്കാം. അവിടെയാകുമ്പോൾ നമുക്ക് നല്ല ശുദ്ധ വായു കിട്ടും. ധാരാളം ചെടികളുള്ളതുകൊണ്ട് അവിടെ ഓക്സിജൻ സമൃദ്ധമായ വായുവാണുള്ളത്. 'ഓകെ' എന്നു പറഞ്ഞുകൊണ്ട് താടിയപ്പൂപ്പന്റെ കൈയും പിടിച്ച് ദിച്ചുമോൻ മുറ്റത്തേക്കിറങ്ങി.

മുറ്റത്തെ തണലിൽ നല്ല സുഖകരമായ കാറ്റുണ്ടായിരുന്നു. തണലത്തിരുന്ന് അപ്പൂപ്പനും കൊച്ചു മകളും കളി തുടങ്ങി. കളിയിൽ രസകരമായി മുഴുകിയിരുന്നപ്പോൾ അടുത്തുള്ള ഒരു കൊച്ചു വീട്ടിൽനിന്ന് എന്തോ ബഹളം കേട്ട് രണ്ടുപേരുടേയും ശ്രദ്ധ അങ്ങോട്ട് പോയി. "അവിടെ എന്തോ വഴക്കാണെന്നു തോന്നുന്നു." ദിച്ചുമോൻ ആരോടെന്നില്ലാതെ അമ്പരപ്പോടെ പറഞ്ഞു. വഴക്കിനിടയിൽ ആ വീട്ടിലെ ആന്റി ഉച്ചത്തിൽ പറഞ്ഞത് അവൾ ശ്രദ്ധിച്ചു. "ഹോ, ഈ അമ്മായിയമ്മയുടെ ഒരു നാക്ക്' അതു കേട്ടിട്ട് ദിച്ചുമോന് വ്യക്തമായി ഒന്നും മനസ്സിലായില്ല. തന്റെ സംശയങ്ങൾ തീർക്കാൻ താടിയപ്പൂപ്പനേക്കാൾ കേമനായി ആരാണ് ഇവിടെയുള്ളത്. അവൾ മനസ്സിൽ വിചാരിച്ചു. അടുത്ത വീട്ടിലെ ആന്റി പറഞ്ഞ വാചകം ആവർത്തിച്ചിട്ട് അവളുടെ മനസ്സിൽ ഉടലെടുത്ത സംശയം അപ്പൂപ്പനോട് ചോദിച്ചു. "അപ്പൂപ്പാ, ആന്റി പറയുന്ന അമ്മായിയമ്മ അവിടുത്തെ അങ്കിളിന്റെ അമ്മയാണെന്ന് എനിക്കറിയാം. പക്ഷേ, എന്തിനാ ആന്റി ഈ അമ്മായിയമ്മയുടെ ഒരു നാക്ക് എന്ന് ഉച്ചത്തിൽ പറഞ്ഞത്?" "അതാണോ മോള് ആലോചിച്ചുകൊണ്ടിരുന്നത്. ഇത് എന്തൊരു നാക്കാ? ഇവരുടെ നാക്കിന് ഇത്രയും നീളമുണ്ടോ? ഇങ്ങനെയെല്ലാം പറയുന്നത് അനാവശ്യമായി കൂടുതൽ സംസാരിക്കുകയും വഴക്കിടുകയും അസഭ്യം പറയുകയും മറ്റും ചെയ്യുമ്പോൾ സാധാരണ പറയുന്നതാണ്." അങ്ങനെ ലളിതമായ ഒരു വിശദീ

കരണം താടിയപ്പൂപ്പൻ കൊടുത്തു. ദിച്ചുമോന്റെ ശ്രദ്ധ തിരിക്കാനും കുട്ടികൾ അറിഞ്ഞിരിക്കേണ്ട എന്തെങ്കിലും നല്ല കാര്യം പറഞ്ഞുകൊടുക്കാനും ഇതുതന്നെ ഒരു അവസരം. രാജശേഖരൻ മനസ്സിൽ വിചാരിച്ചു.

"വരൂ ദിച്ചുമോനെ. നമുക്ക് ആ പ്ലാവിന്റെ അടുത്തുവരെ പോകാം." ദിച്ചുമോന്റെ കൈയും പിടിച്ച് മുറ്റത്തിന്റെ ഒരു ഭാഗത്തുള്ള പ്ലാവിന്റെ അടുത്തേക്ക് താടിയപ്പൂപ്പൻ നടന്നു. "എന്തിനാണ് പ്ലാവിന്റെ അടുത്തുപോകുന്നത്? അതിൽ ചക്കയൊന്നുമില്ലല്ലോ?" അപ്പൂപ്പന്റെ ഉദ്ദേശ്യമെന്താണെന്നറിയാൻ ദിച്ചുമോന് തിടുക്കമായി. അവളുടെ ആകാംക്ഷ ഒന്നുകൂടി കൂട്ടാനായി താടിയപ്പൂപ്പൻ പറഞ്ഞു. "ആ പ്ലാവിന്റെ അടുത്ത് അമ്മായിയമ്മയുടെ നാക്ക് ദിച്ചുമോന് കാണിച്ചുതരാം." "പ്ലാവിന്റെയടുത്ത് അമ്മായിയമ്മയുടെ നാക്കോ!!" അവൾക്ക് അത്ഭുതം തോന്നി; വിശ്വസിക്കാൻ പറ്റുന്നില്ല. "ആ പ്ലാവിന്റെയടുത്ത് അമ്മായിയമ്മയുടെ നാക്കിന്റെ ഒരു കൂട്ടം തന്നെയുണ്ട്." അപ്പൂപ്പൻ കൊച്ചുമകളുടെ ആകാംക്ഷ വീണ്ടും വർദ്ധിപ്പിച്ചു. ദിച്ചുമോന്റെ ശ്രദ്ധ പിടിച്ചുപറ്റാനുള്ള എല്ലാ വിദ്യകളും താടിയപ്പൂപ്പന് അറിയാം.

പ്ലാവിന്റെയടുത്ത് കൂട്ടമായി തഴച്ചു വളർന്നു നില്ക്കുന്ന ഭംഗിയുള്ള ചെടി ചൂണ്ടിക്കാണിച്ചുകൊണ്ട് രാജശേഖരൻ കാര്യത്തിലേക്കു കടന്നു. "ദിച്ചുമോൻ ഈ ചെടിയെ ശ്രദ്ധിച്ചു നോക്കിക്കേ കടുംപച്ച നിറത്തിൽ വാളുപോലെ പരന്ന് കുത്തനെ വളർന്നു നില്ക്കുന്നത് ഈ ചെടിയുടെ ഇലകളാണ്. ഇലയുടെ അരികുകൾ ശ്രദ്ധിച്ചു നോക്കൂ. എന്തു നല്ല നിറമാണ്." ദിച്ചുമോൻ, ഇലകൾ പിടിച്ചു ശ്രദ്ധിച്ചു നോക്കിക്കൊണ്ട് പറഞ്ഞു: "ഇലയുടെ രണ്ടരികും നല്ല മഞ്ഞ നിറമാണ്. ഇലയുടെ അഗ്രം കൂർത്തിരിക്കുന്നു." "അതെ ശരിയാണ്." താടിയപ്പൂപ്പൻ വിശദീകരണം തുടർന്നു. "നല്ല നീളത്തിൽ ഏകദേശം നാക്കിന്റെ ആകൃതിയിൽ കുത്തനെ വളർന്നു നില്ക്കുന്ന ബലവും കട്ടിയുമുള്ള ധാരാളം ഇലകളുള്ളതുകൊണ്ടാണ് ഈ ചെടി 'അമ്മായിയമ്മയുടെ നാക്ക്' (Mother-in-law's tongue) എന്ന് സാധാരണയായി അറിയപ്പെടുന്നത് (ചിത്രം 1) ഇതിന്റെ ശാസ്ത്രനാമം *Sansevieria trifasciata* എന്നാണ്." "ഓ, ഈ ശാസ്ത്രനാമം പഠിക്കാൻ

പ്രയാസമാണ്. Mother-in-law's tongue എന്നു പറയാനാണ് എനിക്കിഷ്ടം." ദിച്ചുമോൻ അവളുടെ കാര്യം തുറന്നു പറഞ്ഞു. "അപ്പൂപ്പൻ പറഞ്ഞുവെന്നേയുള്ളൂ. ദിച്ചുമോൻ കോളേജിലാകുമ്പോൾ അതൊക്കെ പഠിക്കും."

"അമ്മായിയമ്മയുടെ നാക്ക് എന്ന പേര് ഈ ചെടിക്ക് നന്നായി ചേരുന്നുണ്ട്." ഇലകൾ പിടിച്ച് ശ്രദ്ധയോടെ നോക്കിക്കൊണ്ടാണ് ദിച്ചുമോൻ അതുപറഞ്ഞത്. അവൾ കൂടുതൽ വാചാലയായി. "ഇപ്പോൾ ഞാൻ ഓർക്കുന്നു. ഇവിടെ ടൗണിലുള്ള ഒരു ഹോട്ടലിന്റെ വരാന്തയിലും അച്ഛന്റെ ഓഫീസിലും ഈ ചെടി കണ്ടിട്ടുണ്ട്. അപ്പൂപ്പാ, ഭംഗിയുള്ള ഇലകളാണല്ലോ നാം തറ നിരപ്പിനു മുകളിൽ കാണുന്നത്. ഈ ചെടിക്ക് മറ്റു വല്ല ഗുണവുമുണ്ടോ?" ദിച്ചുമോന്റെ അറിയാനുള്ള ആകാംക്ഷ കണ്ട് രാജശേഖരന് സന്തോഷമായി. "അപ്പൂപ്പൻ ഇനിയും പറയാൻ പോകുന്നത് ശ്രദ്ധിച്ചുകേൾക്കണം."

"കൂട്ടമായി നില്ക്കുന്ന ഇതിന്റെ ഇലകൾ ഭംഗിയുള്ളതാണെങ്കിലും, ഇളം പച്ചനിറം കലർന്ന വെളുത്ത പൂക്കൾ കാണാൻ വലിയ ഭംഗിയൊന്നുമില്ല. Mother-in-law's tongue എന്ന പേരിലാണ് സാധാരണ അറിയപ്പെടുന്നതെങ്കിലും ഈ ചെടി വളരെ പ്രാധാന്യമുള്ളതാണ്. അന്തരീക്ഷവായു ശുദ്ധീകരിക്കാൻ കഴിവുള്ള ചിലയിനം ചെടികളിൽ വളരെ മുൻപന്തിയിൽ നില്ക്കുന്ന ഒന്നായി ഈ ചെടിയെ NASA (National Aeronautics and Space Administration) എന്ന സ്ഥാപനം അംഗീകരിച്ചിട്ടുണ്ട്. ഫോർമാൽഡിഹൈഡ്, ബൻസീൻ, കാർബൺ മോണോക്സൈഡ്, നൈട്രജൻ മോണോക്സൈഡ് എന്നിങ്ങനെ വായുമലിനീകരണമുണ്ടാക്കുന്ന പലതിനേയും നീക്കം ചെയ്യാൻ ഈ ചെടിക്ക് കഴിവുണ്ട്. പല കാരണങ്ങളാലും വായുമലിനീകരണം നമ്മുടെ നാട്ടിൽ നാൾക്കുനാൾ കൂടി കൊണ്ടിരിക്കുകയാണല്ലോ? അപ്പോൾ അമ്മായിയമ്മയുടെ നാക്ക് എന്ന് അറിയപ്പെടുന്ന ഈ ചെടിക്ക് എത്രമാത്രം പ്രാധാന്യം ഉണ്ട്. ചിന്തിച്ചുനോക്കൂ. തന്നെയുമല്ല ഇത് അത്ര വലിയ പരിചരണമൊന്നുമില്ലാതെ നട്ടുവളർത്താവുന്ന ഒരു ചെടിയാണ്. വീടുകളിൽ മാത്രമല്ല വിദ്യാലയങ്ങൾ, ആശുപത്രികൾ, ഓഫീസുകൾ, ഫാക്ടറികൾ, ബാങ്കുകൾ,

ആരാധനാലയങ്ങൾ എന്നിവിടങ്ങളിലെല്ലാം ഈ ചെടി നട്ടുവ ളർത്തുന്നതുകൊണ്ടുള്ള പ്രയോജനം എടുത്തു പറയേണ്ടല്ലോ?"

"ഇത്രയും നേരം വളരെ പ്രധാനപ്പെട്ട ഒരു ചെടിയെക്കു റിച്ച് കേട്ടില്ലേ? ഇനിയും ദിച്ചുമോൻ സയൻസ് ക്ലാസിൽ പഠിച്ച തിൽനിന്നും ഒരു ലളിതമായ ചോദ്യം ചോദിക്കാം.." താടിയപ്പൂ പ്പൻ അതു പറഞ്ഞപ്പോൾ ദിച്ചുമോന് ഒരു ചെറിയ പരിഭ്രമം. "അപ്പൂപ്പാ, വലിയ കട്ടിയുള്ള ചോദ്യമൊന്നും ചോദിക്കരുത്." "ശരി, ഇതു വളരെ ലളിതമായ ചോദ്യമാണെങ്കിലും എല്ലാ ജീവ ജാലങ്ങൾക്കും വളരെ പ്രാധാന്യമുള്ളതാണ്". എന്നു പറഞ്ഞു കൊണ്ട് താടിയപ്പൂപ്പൻ ചോദ്യമെടുത്തിട്ടു. "ചെടികൾ, സാധാര ണയായി എപ്പോഴാണ് ഓക്സിജൻ സ്വീകരിക്കുകയും കാർബൺ ഡയോക്സൈഡ് ഓക്സൈഡ് പുറത്തുവിടുകയും ചെയ്യുന്നത്?" "ഇത് എനിക്കറിയാം." ദിച്ചുമോന് സന്തോഷമായി. ചെടികൾ പകൽ സമയത്ത് ഓക്സിജൻ പുറത്തുവിടുകയും കാർബൺ ഡയോക്സൈഡ് സ്വീകരിക്കുകയും ചെയ്യുന്നു. രാത്രിയിൽ നേരെ മറിച്ചാണ്. അതുകൊണ്ട് പല ചെടികളും നമ്മുടെ വീടി നുള്ളിൽ വയ്ക്കരുതെന്ന് ടീച്ചർ പറഞ്ഞിട്ടുണ്ട്.

"വളരെ ശരിയാണ്. എന്നാൽ, അമ്മായിയമ്മയുടെ നാക്ക് എന്ന ഈ ചെടി രാത്രിയിലും നമ്മുടെ വീടിനുള്ളിൽ വയ്ക്കാ വുന്നതാണ്. ഈ ചെടി രാത്രിയിലുടനീളം ധാരാളം ഓക്സിജൻ പുറത്തുവിടുന്നു. അതുകൊണ്ട് കിടപ്പുമുറിയിൽ പോലും വയ് ക്കാൻ വളരെ യോജിച്ച ചെടിയാണ് "Mother-in-law's tongue."

"അപ്പൂപ്പാ, നമ്മുടെ ഈ Mother-in-law's tongue ന് ഗുണ ങ്ങൾ മാത്രമേയുള്ളോ? ദോഷങ്ങൾ ഒന്നുമില്ലേ?" ദിച്ചുമോൻ ചെടി യെക്കുറിച്ച് കൂടുതൽ ചിന്തിക്കാൻ തുടങ്ങിയിരിക്കുന്നു. താടിയ പ്പൂപ്പന് സന്തോഷമായി. ദിച്ചുമോൻ അതു ചോദിച്ചതു നന്നായി എന്നു പറഞ്ഞുകൊണ്ട് താടിയപ്പൂപ്പൻ അമ്മായിയമ്മയുടെ നാക്കിനെക്കുറിച്ചുള്ള വിശദീകരണം തുടർന്നു. "അത്ര വലിയ ദോഷങ്ങളൊന്നും അമ്മായിയമ്മയുടെ നാക്കിനില്ല. എന്നുവരി കിലും കൊച്ചു കുട്ടികൾ ഇതിന്റെ ഇല മുറിച്ച് കടിക്കുകയും തിന്നുകയും മറ്റുംചെയ്യാതെ സൂക്ഷിക്കണം. ഉള്ളിൽ ചെന്നാൽ അല്പം വിഷമുള്ളതാണ്. ഇലകൾ ബലവും കട്ടിയുമുള്ളതായ

തുകൊണ്ട് സാധാരണ ആരും തന്നെ അറിയാതെ പോലും മുറിച്ച് വായിലിടാൻ ശ്രമിക്കാറില്ല. അതുകൊണ്ട് യാതൊരു വിധത്തിലും പേടിക്കേണ്ടതില്ല." അതുകേട്ടപ്പോൾ എല്ലാ മൃഗങ്ങളെയും സ്വന്തം കൂട്ടുകാരെപ്പോലെ സ്നേഹിക്കുന്ന ദിച്ചുമോന് അറിയേണ്ട പ്രധാനകാര്യം പെട്ടെന്ന് അതിശയോക്തി കലർന്ന സ്വരത്തിൽ ചോദിച്ചു. "അപ്പോൾ, നമ്മുടെ വീട്ടിലെ മിന്നുപൂച്ചയെങ്ങാനും തിന്നാൽ അതു ചത്തുപോകുമോ?" അവളുടെ പേടി കണ്ട് അവളെ അരികിൽ ചേർത്തിരുത്തി തലയിൽ തടവിക്കൊണ്ട് താടിയപ്പൂപ്പൻ സമാധാനിപ്പിച്ചു. "ഇല്ല ദിച്ചുമോനെ. ഇത് അത്ര വലിയ വിഷമൊന്നുമല്ല. പിന്നെ അമ്മായിയമ്മയുടെ നാക്കല്ലേ, കുറച്ച് വിഷം കാണാതിരിക്കുമോ?" പരിഹാസരൂപേണ ചിരിച്ചുകൊണ്ടാണ് പറഞ്ഞതെങ്കിലും ദിച്ചുമോന് തൃപ്തിയായില്ല. "എന്നാലും ഉള്ളിൽ ചെന്നാൽ വിഷമല്ലേ, അപ്പൂപ്പാ." "ഇത്രയും കട്ടിയുള്ള ഇലകൾ പൂച്ചയും പട്ടിയും മറ്റും തിന്നാൻ യാതൊരു സാദ്ധ്യതയുമില്ല. എന്തെങ്കിലും കാരണവശാൽ ഈ ചെടിയുടെ ഭാഗങ്ങൾ പൂച്ചയുടെയോ പട്ടിയുടെയോ ഉള്ളിൽ ചെന്നാൽ അവയ്ക്ക് ചെറിയ അസ്വസ്ഥതകൾ ഉണ്ടാകും. ചിലപ്പോൾ ഛർദ്ദിക്കുകയും വയറിളകുകയും ചെയ്യും. അങ്ങനെ ചെറിയ അസ്വസ്ഥതകൾ ഉണ്ടാകുമെന്നേയുള്ളൂ." അമ്മായിയമ്മയുടെ നാക്ക് മിന്നിപ്പൂച്ച തിന്നാൻ തീരെ സാദ്ധ്യതയില്ലായെന്നു കേട്ടപ്പോൾത്തന്നെ ദിച്ചുമോന് സമാധാനമായി.

താടിയപ്പൂപ്പന്റെയും ദിച്ചുമോന്റെയും കളിയും കഥ പറച്ചിലും കഴിഞ്ഞപ്പോൾ ഉച്ചയ്ക്ക് 1½ മണിയായി. അപ്പോൾ അടുക്കളയിൽനിന്നും ശ്രീദേവി വിളിക്കുന്നു. "മോളേ... അപ്പൂപ്പനേയും വിളിച്ചുകൊണ്ട് ഊണ് കഴിക്കാൻ വരൂ." താടിയപ്പൂപ്പനും ദിച്ചുമോനും വീടിനകത്തേക്കു കയറിയപ്പോൾ മിന്നുപൂച്ച ഓടി അവരുടെ അടുത്തുവന്ന് സ്നേഹപ്രകടനം തുടങ്ങി. "എടീ, നീ പോയി അമ്മായിയമ്മയുടെ നാക്ക് കടിച്ചു പറിക്കല്ലേ. സൂക്ഷിക്കണേ." അതുപറയുന്നതിനോടൊപ്പം ദിച്ചുമോൻ മിന്നുവിനെ വാരിയെടുത്തു തലോടിക്കൊണ്ട് ഊണു മുറിയിലേക്കു പോയി.

ഗോപാലന്റെ മാജിക്

അന്നൊരു ഞായറാഴ്ച ദിവസമായിരുന്നു. താടിയപ്പൂപ്പന്റെ വനമാലി എന്ന വീട്ടിൽ എല്ലാവരും അതിരാവിലെതന്നെ ഉറക്കമുണർന്നു. ദിച്ചുമോനും. എട്ടുമണിയായപ്പോൾ പ്രഭാത ഭക്ഷണം തയ്യാറായി.

“മോളേ, കണ്ണാ, അപ്പൂപ്പനേം വിളിച്ചുകൊണ്ടു ഭക്ഷണം കഴിക്കാൻ വരൂ.” അടുക്കളയിൽനിന്നും ശാരദാമ്മയുടെ ഉച്ചത്തിലുള്ള വിളി വന്നു. മോളേ, കണ്ണാ, ദിച്ചുക്കുട്ടാ എന്നെല്ലാമാണ് ദിച്ചുമോനെ അമ്മൂമ്മ വിളിക്കുന്നത്. ദിച്ചുമോനെ എന്ന് താടിയപ്പൂപ്പൻ വിളിക്കുമ്പോൾ ശാരദാമ്മ ഇടയ്ക്കിടയ്ക്ക് പറയും: “എന്തോന്ന് മോൻ, അവൾ പെണ്ണല്ലേ?”

പ്രഭാത ഭക്ഷണം കഴിക്കാനുള്ള ശാരദാമ്മയുടെ ഉച്ചത്തിലുള്ള ക്ഷണം രാജശേഖരന് തീരെ ഇഷ്ടപ്പെട്ടില്ല. “ഇതെന്തോന്നാ, ഇവളുകിടന്ന് അലറുന്നത്. ഞങ്ങൾക്ക് മാത്രം കേട്ടാൽ പോരെ. അതോ, ഇവിടെ വല്ലതും കഴിക്കാനുണ്ടെന്ന് അയൽപക്കത്തുള്ളവരെ എല്ലാം അറിയിക്കണോ?” താടിയപ്പൂപ്പന്റെ ദേഷ്യം കലർന്ന ഈ പരിഹാസം ദിച്ചുമോന് തീരെ ഇഷ്ടമായില്ല. “പാവം, അമ്മൂമ്മ, അപ്പൂപ്പാ, അമ്മൂമ്മയെ വഴക്കൊന്നും പറയരുത്. എനിക്കു വിഷമമാ.” ദിച്ചുമോൻ സങ്കടപ്പെട്ടു. അതുകേട്ടപ്പോൾ താടിയപ്പൂപ്പനും വിഷമമായി. അപ്പോഴേക്കും ശാരദാമ്മ അവ

രുടെ അടുത്തെത്തി. അപ്പൂപ്പന്റെ മുഖഭാവം മാറുന്നത് ദിച്ചുമോന് പെട്ടെന്നുതന്നെ മനസ്സിലായി. അതു മാറ്റിയെടുക്കാനുള്ള വേല അവൾക്കറിയാം. "നമ്മൾ വേഗം ചെല്ലാൻ വേണ്ടിയല്ലേ അമ്മൂമ്മ ഉച്ചത്തിൽ വിളിച്ചു പറഞ്ഞത്. താമസിച്ചാൽ ഭക്ഷണം തണുത്തു പോകത്തില്ലേ? അപ്പൂപ്പന്റെ ഭാര്യയല്ലിയോ ശാരദാമ്മ. അതു കൊണ്ട് അപ്പൂപ്പൻ ദേഷ്യപ്പെട്ടാലൊന്നും അമ്മൂമ്മ മൈന്റ് ചെയ്യ ത്തില്ല. അതുകൊണ്ടല്ലിയോ അമ്മൂമ്മ ഇടയ്ക്കിടയ്ക്ക് പറയുന്നത്. ആ മനുഷ്യൻ അല്ലേലും അങ്ങനെയാ ഇങ്ങനെയാ എന്നൊ ക്കെ." അത്രയും പറഞ്ഞിട്ട് ദിച്ചുമോൻ അമ്മൂമ്മയ്ക്കു ഒരു താക്കീതു കൊടുത്തു. "അപ്പൂപ്പനെ ആ മനുഷ്യൻ, ഈ മനു ഷ്യൻ എന്ന് ഒന്നും പറയരുത്. മിസ്റ്റർ രാജശേഖരൻ എന്നു വിളി ച്ചാൽ മതി. ഞാൻ പറഞ്ഞതു വല്ലതും അമ്മൂമ്മ കേട്ടോ?" ചിരി ച്ചുകൊണ്ട് ശാരദാമ്മയും രാജശേഖരനും ഒരേ സ്വരത്തിൽ പറ ഞ്ഞു. "ഇതൊക്കെ കേട്ടാ ചിരിക്കാതെന്തു പറയാനാ." ശാരദാമ്മ ചിരിച്ചുകൊണ്ടുതന്നെ അടുക്കളഭാഗത്തേക്ക് നടന്നു. "എന്നാൽ ശരി, ആഹാരം കഴിച്ചേക്കാം. ദിച്ചുമോൻ വരൂ." ദിച്ചുമോന്റെ കൈയും പിടിച്ച് നരച്ച താടിയും തടവി താടിയപ്പൂപ്പൻ ഊണു മുറിയിലേക്കു നടന്നു.

ഊണു മുറിയിൽ ശാരദാമ്മ കാത്തു നില്പുണ്ടായിരുന്നു. "അമ്മൂമ്മേ, ഇന്ന് എന്താണ് കഴിക്കാൻ? ദിച്ചുമോന് ധൃതിയാ യി. "മോളേ ഇന്നലെ ഇഡ്ഡലിയായിരുന്നല്ലോ? അതുകൊണ്ട് മോൾക്ക് ഇന്ന് അമ്മൂമ്മ മൊരുമൊരാന്നുള്ള നല്ല ദോശയാണ് ഉണ്ടാക്കിയിരിക്കുന്നത്. അതു കേൾക്കുമ്പോൾ ദിച്ചുമോന് സന്തോഷമാകുമെന്ന് ശാരദാമ്മ വിചാരിച്ചു. എന്നാൽ, അതു കേട്ട് ചിരിച്ചുകൊണ്ട് ദിച്ചുമോൻ പറഞ്ഞു. "അമ്മൂമ്മേ, അരിയും ഉഴുന്നും അരച്ച് മിക്സ് ചെയ്ത മാവ് ഒരു വലിയ പാത്രത്തിൽ ഫ്രിഡ്ജിൽ വച്ചിരിക്കുകയല്ലേ. അതിൽനിന്ന് കുറച്ചെടുത്ത് ഇന്നലെ ഇഡ്ഡലിയുണ്ടാക്കി. അതേ മാവു കൊണ്ടുതന്നെയല്ലേ ഇന്ന് ദോശയുണ്ടാക്കിയത്. നാളെ ആ മാവെടുത്ത് അമ്മൂമ്മ ഊത്തപ്പം ഉണ്ടാക്കും. മറ്റെന്നാൾ വീണ്ടും ഇഡ്ഡലി. പിന്നെ, എന്തിനാ ഇന്ന് സ്പെഷ്യൽ ദോശയാണെന്ന് പറയുന്നത്. എല്ലാം

ഒരേ മാവു തന്നെയല്ലേ." ദിച്ചുമോൻ അങ്ങനെയാണ്. ആരോടാണേലും പ്രത്യേകിച്ചും വീട്ടിലുള്ളവരോട് ശങ്ക കൂടാതെ നേരിട്ട് തുറന്നു സംസാരിക്കും.

അമ്മൂമ്മയുടെ മാറിമാറിയുള്ള പ്രഭാത ഭക്ഷണത്തിന്റെ രഹസ്യം വീട്ടിൽ എല്ലാവർക്കും അറിയാം. അഥവാ ആരെങ്കിലും മറന്നുപോയാൽ, രാജശേഖരൻ അവസരോചിതമായി എടുത്തു പറഞ്ഞ് കളിയാക്കും. എങ്കിലും ദിച്ചുമോന്റെ വായിൽനിന്ന് അതു കേട്ടപ്പോൾ താടിയപ്പൂപ്പൻ വലിയ ശബ്ദത്തിൽ "കട കട" എന്നു ചിരിച്ചു. "കിക്കി... കീ... കിക്കി... കീ.." എന്തോന്ന് ഇത്ര ചിരിക്കാൻ. ഇത് വീട്ടിൽ വരുന്നവരോടെല്ലാം പറഞ്ഞു നടക്കുകയല്ലിയോ? ഈ മനുഷ്യന് വല്ലതും ഉണ്ടാക്കി കൊടുക്കുന്നവരെ പറയണം. ഇതു തന്നാ ആ കൊച്ചും പഠിച്ചു വച്ചിരിക്കുന്നത്." ശാരദാമ്മയുടെ ദേഷ്യം അണപൊട്ടിയൊഴുകി. "ദിച്ചുമോൻ അതൊന്നു ശ്രദ്ധിക്കണ്ട. അവൾ ഇങ്ങനാ. തമാശ പറഞ്ഞാലും നിസ്സാര കാര്യത്തിനും ദേഷ്യപ്പെടും." താടിയപ്പൂപ്പൻ അതു പറഞ്ഞയുടനെ തന്നെ ദിച്ചുമോൻ അപ്പൂപ്പനേയും വിളിച്ചുകൊണ്ട് ഭക്ഷണം കഴിക്കാനിരുന്നു. "അമ്മൂമ്മേ, ദോശയ്ക്ക് നല്ല ടേസ്റ്റ് ഉണ്ട്. അതിലും നല്ല ടേസ്റ്റാണ് സാമ്പാറിന്. എനിക്ക് ഒരു ദോശ കൂടി വേണം." അതാണ് രംഗം ശാന്തമാക്കാനുള്ള ദിച്ചുമോന്റെ വിദ്യ. അമ്മൂമ്മയ്ക്കും സന്തോഷമായി.

പ്രഭാത ഭക്ഷണത്തിനുശേഷം ദിച്ചുമോനും താടിയപ്പൂപ്പനും മുറ്റത്തിറങ്ങി. അപ്പോളതാ അടുക്കളയിൽനിന്നും ശാരദാമ്മയുടെ അടുത്ത ഓർഡർ "മോളേ ദിച്ചുകുട്ടാ, തേങ്ങയെല്ലാം തീർന്നെന്ന് അപ്പൂപ്പനോട് പറയൂ. ഗോപാലനെ വിളിച്ചുകൊണ്ടുവന്ന് തേങ്ങാ ഇടീക്കാനും പറയണേ."

രാവിലെ നല്ല തെളിഞ്ഞ ആകാശമായിരുന്നു. ആ പ്രദേശത്ത് തെങ്ങിൽ കയറുന്ന ഒരേ ഒരാൾ ഗോപാലൻ മാത്രമാണ്. "ഇവിടെ അടുത്തെങ്ങും വേറെ തെങ്ങുകയറ്റക്കാരില്ലാത്തതുകൊണ്ട് അവന് വലിയ ഡിമാന്റാ. എന്നാലും അവന്റെ വീടുവരെ പോയി നോക്കാം. വരാതിരിക്കില്ല. എല്ലാ തവണയും അവനല്ലേ തേങ്ങയിട്ടു തരുന്നത്." താടിയപ്പൂപ്പൻ ആരോടെന്നി

ല്ലാതെ പിറുപിറുത്തു.

ദിച്ചുമോനേയും കൂട്ടി താടിയപ്പൂപ്പൻ ഗോപാലനെ അന്വേഷിച്ചിറങ്ങി. അപ്പൂപ്പനും കൊച്ചുമകളും രാവിലെ തന്നെ ഗോപാലന്റെ മുറ്റത്തെത്തി. നെൽപ്പാടത്തിന്റെ കരയിലുള്ള ഓടിട്ട വീട്. ഗോപാലന്റെ വീട്. 10 സെന്റ് സ്ഥലത്തുള്ള ചെറിയ വീടാണെങ്കിലും ഗോപാലന്റെ വീടു കാണാൻ നല്ല ചന്തവും ഐശ്വര്യവുമുണ്ട്. അവന്റെ ഭാര്യ വിജയമ്മയ്ക്കും രണ്ട് മക്കൾക്കും താമസിക്കാൻ ആ വീട് ധാരാളം. ഗോപാലൻ തെങ്ങുകയറ്റത്തൊഴിലാളിയല്ലേ; നല്ല വരുമാനമുണ്ട്.

"എടാ ഗോപാലാ." താടിയപ്പൂപ്പൻ ഉറക്കെ നീട്ടി വിളിച്ചു. വീട്ടിൽ നിന്നും ഇറങ്ങിവന്നത് വിജയമ്മയാണ്. "അയ്യോ, സാറ് ആയിരുന്നോ. ഗോപാലൻ ചേട്ടൻ പാടത്തിനപ്പുറത്തെ പുരയിടത്തിൽ തേങ്ങയിടാൻ പോയിരിക്കുവാ. അതിരാവിലെതന്നെ പോയിരുന്നു. ഇപ്പോ ഇങ്ങു വരുമെന്നാണേ പറഞ്ഞത്. സാറും കുഞ്ഞും ആ കിടക്കുന്ന ബഞ്ചിലോട്ടിരുന്നാട്ടെ. ഗോപാലൻ ചേട്ടൻ വരാൻ താമസിച്ചാൽ കാത്തിരുന്നു വിഷമിക്കത്തില്ലിയോ. അതുകൊണ്ട് ഞാൻ ഈ പാടത്തൂടെ ഓടിപ്പോയി ഗോപാലനെ വിളിച്ചോണ്ടു വരാവേ." അത്രയും പറഞ്ഞുകൊണ്ട് വിജയമ്മ പെട്ടെന്ന് പാടത്തേക്ക് ഇറങ്ങി ഒരു ഓട്ടമായിരുന്നു. വേനലായതുകൊണ്ട് പാടത്തെങ്ങും ഒരു തുള്ളിവെള്ളം പോലുമില്ല. ഉണങ്ങി വിണ്ടുകീറിക്കിടക്കുന്നു.

ഗോപാലനെയും കൂട്ടി വിജയമ്മ എത്തി. "ഓ, കുഞ്ഞുമുണ്ടായിരുന്നോ. കുഞ്ഞിനെന്താ ഇപ്പോൾ കൊടുക്കുക. ഒരു കരിക്കിടട്ടെ?" ഗോപാലൻ വളരെ സന്തോഷത്തോടെയാണ് ദിച്ചുമോനോട് ചോദിച്ചത്. അതിനു മറുപടി പറഞ്ഞത് താടിയപ്പൂപ്പനാണ്. "ഇപ്പം ഒന്നും വേണ്ടടാ. ഞങ്ങൾ കാപ്പികുടി കഴിഞ്ഞേയുള്ളൂ. തന്നെയുമല്ല ദിച്ചുമോന് കരിക്കിൻ വെള്ളം തീരെ ഇഷ്ടമല്ല. ഒരുതുള്ളി പോലും കുടിക്കത്തില്ല. നീ ഒന്നു വേഗം വാ. തേങ്ങാ ഇടണം. തേങ്ങായില്ലെന്നുപറഞ്ഞ് അവൾ അവിടെ കിടന്ന് വലിയ പുകിലാ. എത്ര തേങ്ങാ കിട്ടിയാലും അവൾക്ക് തികയത്തില്ല." ഗോപാലനോട് സംസാരിക്കുന്നതിനിടയിലും ശാര

ദാമ്മയ്ക്ക് ഒരു ഗോളടിച്ചു. അതിനു കിട്ടുന്ന അവസരങ്ങളൊന്നും രാജശേഖരൻ പാഴാക്കാറില്ല. "ഈ താടിയപ്പൂപ്പന്റെ ഒരു കാര്യം." ദിച്ചുമോൻ മനസ്സിൽ വിചാരിച്ചു.

"സാറു പോകല്ലെ. ഒരു കാര്യം കാണിക്കാനുണ്ട്." എന്നു പറഞ്ഞു കൊണ്ട് ഗോപാലൻ തന്റെ വീടിന്റെ പിൻഭാഗത്തേക്ക് പോയി. ഉടനെതന്നെ തിരിച്ചു വരുകയും ചെയ്തു. കൈയിൽ ചുരുട്ടി പിടിച്ച പഴയ ഒരു ചാക്കുമായിട്ടാണ് വന്നത്. അരി വരുന്ന ആ പഴയ ചാക്ക് നിലത്തിട്ട് നിവർത്തി. താടിയപ്പൂപ്പനും ദിച്ചു മോനും അന്തം വിട്ടുപോയി. ആ നനഞ്ഞ ചാക്കിൽ 5 ചത്ത എലികൾ കടിച്ചുപറ്റി കിടക്കുന്നു. ദിച്ചുമോൻ, അത്ഭുതത്തോടെ എലികളേയും ഗോപാലനേയും താടിയപ്പൂപ്പനേയും മാറിമാറി നോക്കി. എന്താണ് സംഭവിച്ചതെന്നറിയാനുള്ള അവളുടെ ആകാംക്ഷ പറഞ്ഞറിയിക്കാൻ പറ്റാത്ത വിധമായിരുന്നു. "ഇതെന്നാടാ ഗോപാലാ" രാജശേഖരന് കാര്യം മനസ്സിലായില്ല. "ഇതാണ് സാറെ ഗോപാലന്റെ വേല. എന്നോട്ടു കളിച്ചാലിങ്ങ നിരിക്കും. ഞാൻ വിചാരിക്കുന്നിടത്ത് എലികൾ വന്നു ചത്തു കിടക്കും." ഗോപാലൻ വിജയഭാവത്തിൽ അല്പം ഗമയോടെയാണ് പറഞ്ഞത്. രാജശേഖരനും അറിയാൻ ആകാംക്ഷയായി. നമ്മൾ വിചാരിക്കുന്നിടത്ത് എലികളെ വരുത്തുന്ന വിദ്യ ഗോപാലൻ വിശദീകരിച്ചപ്പോൾ ദിച്ചുമോൻ വള്ളിപുള്ളി വിടാതെ സശ്രദ്ധം കേട്ടിരുന്നു. അവൾക്ക് സന്തോഷമായി. ഒരു പുതിയ അറിവ് നേടിയിരിക്കുന്നു.

ഗോപാലനേയും കൂട്ടി വീട്ടിലേക്കു പോകുമ്പോൾ ദിച്ചുമോൻ പറഞ്ഞു. "അപ്പൂപ്പാ, ഇന്നുതന്നെ ഗോപാലൻ ചേട്ടന്റെ എലിയെപ്പിടിക്കുന്നവിദ്യ നമ്മുടെ വീട്ടിലും പരീക്ഷിക്കണം. എന്നിട്ട് എന്റെ കൂട്ടുകാർക്കെല്ലാം ഒരു 'സർപ്രൈസ്' ആയി ഇതു കാണിച്ചുകൊടുക്കണം." താടിയപ്പൂപ്പന് പരിപൂർണ്ണ സമ്മതം. "ഓക്കെടാ, നമുക്കും പരീക്ഷിക്കണം. നമ്മുടെ വീട്ടിലും വലിയ എലി ശല്യമാണ്."

സംസാരിച്ച് സമയം പോയതറിഞ്ഞില്ല. അപ്പോഴേക്കും വീടെത്തി. ദിച്ചുമോൻ വീടിനുള്ളിലേക്കു കയറി. ഗോപാലനേയും കൂട്ടി

രാജശഖരൻ തെങ്ങിൻ പുരയിടത്തിലേക്ക് ഇറങ്ങി.

രണ്ടുദിവസം കഴിഞ്ഞു. ചൊവ്വാഴ്ച ഹർത്താലായതു കൊണ്ട് വിദ്യാലയങ്ങൾക്കെല്ലാം അവധിയായിരുന്നു. മുൻകൂട്ടി പറഞ്ഞതനുസരിച്ച് ദിച്ചുമോന്റെ കൂട്ടുകാരികളായ ശ്രീലക്ഷ്മി, ദേവിക, അനഘ എന്നിവർ രാവിലെ 10 മണിയായപ്പോൾ വന മാലിയിലെ വീട്ടുമുറ്റത്തുള്ള പ്ലാവിന്റെ ചുവട്ടിൽ ഒത്തുകൂടി. ദിച്ചു മോൻ വിജയഭാവത്തിൽ അല്പം ഗമയോടും ഗൗരവത്തോടും എല്ലാവരേയും വിളിച്ചുകൊണ്ട് പുറകിലത്തെ സ്റ്റോർ മുറിയി ലേക്ക് പോയി. അവിടെ ഒരു ചാക്കിൽ 4 എലികൾ ചത്തു കിട ക്കുന്നു. ഇതു കണ്ടപ്പോൾ കൂട്ടുകാരികളെല്ലാം ദിച്ചുമോനെ കളി യാക്കി. “ദിവ്യാ ഇതാണോ വലിയ സർപ്രൈസ്” ദിച്ചുമോന് ദേഷ്യവും സങ്കടവും വന്നു. “ഞാൻ പറയുന്നിടത്ത് എലികൾ വന്നു ചത്തുകിടക്കും. അറിയാമോ? നിങ്ങൾ കളിയാക്കിയല്ലോ? എന്നാൽ നിങ്ങൾക്കാർക്കെങ്കിലും ഇങ്ങനെ ചെയ്തുകാണി ക്കാമോ?” “അതുകൊള്ളാമല്ലോ!” അനഘ ദിച്ചുമോനെ സമാ ധാനിപ്പിക്കാൻ ശ്രമിച്ചു. എല്ലാവരും ദിച്ചുമോനോട് സ്നേഹ ത്തോടെ അപേക്ഷിക്കാൻ തുടങ്ങി. “ദിവ്യാ, പ്ലീസ് ദിവ്യ, ഈ മാജിക് ഞങ്ങൾക്കുകൂടി പറഞ്ഞു തരൂ.” രണ്ടു ദിവസം മുൻപു ഗോപാലന്റെ വീട്ടിൽ പോയെന്നും അവിടെ നിന്നുമാണ് ഈ മാജിക് പഠിച്ചതെന്നും മറ്റുമുള്ള വിവരങ്ങൾ ദിച്ചുമോൻ പറ ഞ്ഞപ്പോൾ അവർക്കെല്ലാം ഒരേ അഭിപ്രായം. “എന്നാൽ എലിയെ പിടിക്കുന്ന ഈ വിദ്യക്ക് ഗോപാലന്റെ മാജിക് എന്ന് പേരിടാം.” “ശരി. എല്ലാവരും ശ്രദ്ധിച്ചിരിക്കണം.” ഗോപാലന്റെ മാജിക് വള്ളിപുള്ളി വിടാതെ പടിപടിയായി ഒരു പരീക്ഷണത്തിന്റെ രീതിയിൽ ദിച്ചുമോൻ വിശദീകരിച്ചു.

“എലികൾ വലിയ സൂത്രശാലികളാണ്. പുതുതായി കാണുന്ന ആഹാര സാധനങ്ങൾ ആദ്യ ദിവസം തന്നെ പൂർണ്ണ മായും തിന്നത്തില്ല. അല്പം തിന്ന് കുഴപ്പമൊന്നുമില്ലായെന്ന് ഉറപ്പ് വരുത്തിയിട്ടേ പിന്നീടുള്ള ദിവസങ്ങളിൽ ആർത്തിയോടെ തിന്നുകയുള്ളൂ.” ഇത്രയും മുഖവുരയായി പറഞ്ഞുകൊണ്ടാണ് ദിച്ചുമോൻ കാര്യത്തിലേക്കു കടന്നത്.

രാത്രിയിൽ നമ്മൾ ഉറങ്ങാൻ കിടക്കുന്നതിനു മുൻപായി മാജിക് തുടങ്ങണം. മരിച്ചീനിയോ തേങ്ങാപ്പൂളോ അല്ലെങ്കിൽ എലികൾ തിന്നാറുള്ള എന്തെങ്കിലും ആഹാര സാധനങ്ങൾ മറ്റൊന്നും കലരാതെ ഫ്രഷ് ആയിട്ട് എടുക്കണം. നമ്മൾ മരിച്ചീനിയുടെ കിഴങ്ങാണ് ഉപയോഗിക്കുന്നതെന്ന് വിചാരിക്കുക. വീട്ടിനുള്ളിൽ എലികൾ സാധാരണ വരാറുള്ള സ്ഥലങ്ങളിൽ അവിടവിടെയായി ഈ കിഴങ്ങുകഷണങ്ങൾ രാത്രിയിൽ വെക്കണം. എന്നിട്ട് ലൈറ്റ് അണച്ച് എല്ലാവരും കിടന്നുറങ്ങണം.

പിറ്റേദിവസം രാവിലെ ഉണർന്നു നോക്കുമ്പോൾ ചില കഷണങ്ങളെല്ലാം അല്പാല്പമായി കാർന്നു തിന്നിരിക്കുന്നതു കാണാം. തിന്നാൻ പറ്റിയതാണോയെന്ന് എലികൾ ടെസ്റ്റു ചെയ്തു നോക്കുന്നതാണ്. അന്ന് രാത്രിയാകുമ്പോൾ മാജിക്കിന്റെ അടുത്ത ഘട്ടം തുടങ്ങണം. ആദ്യം ചെയ്യേണ്ടത്, വെള്ളം വെച്ചിരിക്കുന്ന എല്ലാ പാത്രങ്ങളും അടച്ചുവെയ്ക്കണം. കിണറും ഭദ്രമായി അടയ്ക്കണം. അതെന്തിനാണെന്ന് മാജിക്കിന്റെ അവസാനം നിങ്ങൾക്ക് മനസ്സിലാകും.

തലേദിവസം രാത്രിയിൽ മരിച്ചീനിക്കിഴങ്ങാണല്ലോ എലിയുടെ ആഹാരമായി ഉപയോഗിച്ചത്. അതുകൊണ്ട് ഇന്ന് വീണ്ടും പുതിയതായി എടുത്ത മരിച്ചീനിക്കിഴങ്ങ് കഷണങ്ങളാക്കുക. അതിൽ എലിവിഷം കൂടികലർത്തുക. ഇത് വീട്ടിലുള്ള മുതിർന്നവരാരെങ്കിലും ചെയ്യണം. നമ്മൾ, കുട്ടികൾ വിഷവും മറ്റും എടുക്കരുത്. വിഷം കലർത്തിയ കിഴങ്ങു കഷണങ്ങൾ തലേദിവസം വെച്ച അതേ സ്ഥലത്തുതന്നെ അവിടവിടെയായി വെക്കണം. ഉറങ്ങാൻ പോകുന്നതിനുമുൻപ് മുറിയുടെ ഒരു മൂലയിലായി വെള്ളത്തിൽ നന്നായി കുതിർത്ത ഒരു ചാക്ക് നിവർത്തി വെയ്ക്കണം. പതിവു പോലെ ലൈറ്റണച്ച് എല്ലാവരും കിടന്നുറങ്ങണം. തലേദിവസത്തെ ഓർമ്മവെച്ച് രാത്രിയുടെ നിശ്ശബ്ദതയിൽ ബുദ്ധിശാലികളായ എലികൾ വന്ന് വിഷം കലർന്ന കിഴങ്ങുകഷണങ്ങൾ യാതൊരു സംശയവുമില്ലാതെ തിന്നുന്നു.

മാജിക് കാണാനുള്ള ആകാംക്ഷയോടെയാണല്ലോ എല്ലാവരും കിടന്നുറങ്ങിയത്. അതുകൊണ്ട് വെളുപ്പാൻ കാലത്തു

തന്നെ എല്ലാവരും ഉണരുമല്ലോ? ഉണർന്നാലുടനെ പോയി മുറിയുടെ മൂലയിൽ ഇട്ടിരിക്കുന്ന നനച്ച ചാക്കിൽ നോക്കണം. നിങ്ങളുടെ വീട്ടിലുള്ള എലികൾ പലതും ഈ ചാക്കിൽ കടിച്ച് ചത്തുകിടക്കുന്നതു കാണാം.

എലികൾ എല്ലാം വന്ന് ചാക്കിൽ കടിച്ച് ചത്തുകിടക്കാൻ കാരണമെന്താണ്? ഇവിടെയാണ് മാജിക്കിന്റെ ക്ലൈമാക്സ്. വിഷം അകത്തു ചെല്ലുമ്പോൾ എലികൾക്ക് വലിയ പരവേശമായിരിക്കും. അവ വെള്ളം കുടിക്കാനായി പരക്കം പായും. എന്നാൽ വെള്ളം കിട്ടാൻ യാതൊരു മാർഗ്ഗവുമില്ലല്ലോ? പാത്രങ്ങളും മറ്റും അടച്ചുവച്ചിരിക്കുകയല്ലേ. അപ്പോഴാണ് നനച്ചിട്ടിരിക്കുന്ന ചാക്കിലെ വെള്ളത്തിന്റെ അംശം മണത്തറിയുന്നത്. അതിൽനിന്നും വെള്ളം കിട്ടുമെന്ന് തെറ്റിദ്ധരിച്ച് മറ്റെങ്ങും പോകാതെ അതിൽ തന്നെ കടിച്ചു തൂങ്ങിക്കിടക്കും. വിഷം ഉള്ളിൽ ചെന്നിരിക്കുന്നതുകൊണ്ട് എലികളെല്ലാം അവിടെത്തന്നെ ചത്തുകിടക്കും. വെള്ളം വെച്ചിരിക്കുന്നപാത്രങ്ങളും മറ്റും അടച്ചുവെക്കുന്നതെന്തിനാണെന്ന് ഇപ്പോൾ മനസ്സിലായോ?" "മനസ്സിലായി. ഗോപാലന്റെയൊരു മാജിക്. മിടുക്കനാണല്ലോ ഗോപാലൻ ചേട്ടൻ." കൂട്ടുകാരെല്ലാം ഒരേ സ്വരത്തിൽ പറഞ്ഞപ്പോൾ ദിച്ചുമോന് സന്തോഷമായി. ഇതെല്ലാം കേട്ടുകൊണ്ട് അടുത്തമുറിയിലിരുന്ന താടിയപ്പൂപ്പന്റെ സന്തോഷം പറയേണ്ടല്ലോ? പറഞ്ഞു ഫലിപ്പിക്കാനുള്ള കൊച്ചുമകളുടെ കഴിവിൽ രാജശേഖരന് എന്നും വലിയ അഭിമാനമാണ്.

'ഗോപാലന്റെ മാജിക്' കേട്ടുകഴിഞ്ഞപ്പോഴേക്കും ഉച്ചയൂണിന് സമയമായി എല്ലാവർക്കും അവരവരുടെ വീട്ടിലേക്ക് പോകാൻ ധൃതിയായി. നാളെ സ്കൂളിൽ ചെന്ന് മറ്റ് കൂട്ടുകാർക്കെല്ലാം ഗോപാലന്റെ മാജിക് കുറച്ചുകൂടി പൊടിപ്പും തൊങ്ങലും വെച്ച് പറഞ്ഞുകൊടുക്കണമെന്ന് തീരുമാനിച്ചുറച്ചുകൊണ്ടാണ് എല്ലാവരും വീട്ടിലേക്കു പോയത്.

കുള്ളന്മാർ ഭാഗ്യവാന്മാർ

പതിവുപോലെ രാവിലെ രാജശേഖരൻ വരാന്തയിൽ ചാരുകസേരയിലിരുന്ന് പത്രം വായിക്കുന്നു. ഇടയ്ക്കിടെ ഇടതുകൈകൊണ്ട് താടിമീശയും തടവുന്നുണ്ട്. അടുത്തുതന്നെ ദിച്ചുമോന്റെ അമ്മ ശ്രീദേവിയും അമ്മൂമ്മ ശാരദാമ്മയും ഇരുപ്പുണ്ട്. ശാരദാമ്മ ഓട്സ് ഇട്ട് തിളപ്പിച്ച പാൽ കുടിക്കുന്ന 'ഗ്ലും, ഗ്ലും' എന്ന ശബ്ദം വളരെ സ്പഷ്ടമായി കേൾക്കാം. അച്ഛൻ രാജശേഖരനെ തൊട്ടുരുമ്മിയിരുന്ന് ശ്രീദേവി ചീരയും, പയറും നിത്യവഴുതനങ്ങയും മറ്റും അരിയുന്നു. വാതോരാതെ അച്ഛനോട് കുശലം പറയുന്നുമുണ്ട്. പത്രം വായിക്കുന്നതിനിടയിലും രാജശേഖരന്റെ ശ്രദ്ധ മുഴുവൻ മകളുടെ സംസാരത്തിലാണ്. "ദിച്ചു കാണെണ്ടാ, അച്ഛനും മോളും കൂടിയിരുന്ന് വിശേഷം പറഞ്ഞു രസിക്കുന്നത്. അവൾ അകത്ത് സ്കൂളിൽ പോകാനുള്ള ഒരുക്കത്തിലായത് ഭാഗ്യം." ശാരദാമ്മയുടെ സന്തോഷപ്രകടനം ഇങ്ങനെയാണ്.

ഇപ്പോൾ ദിച്ചുമോൻ വീടിനു വെളിയിലുണ്ടായിരുന്നെങ്കിൽ ഓടിവന്ന് താടിയപ്പൂപ്പന്റെ മടിയിൽ കയറിയിരിക്കുക മാത്രമല്ല, അമ്മ അടുത്തിരിക്കാനും സമ്മതിക്കത്തില്ലായിരുന്നു. ദിച്ചുമോൻ അങ്ങനെയാണ്. രാജശേഖരൻ, അവളുടെ മാത്രം സ്വന്തം അപ്പൂ

പ്പനാണെന്നാണ് പറയുന്നത്.

"കീ, കീ,, കീ" സ്കൂൾ ബസിന്റെ നീട്ടിയുള്ള ഹോൺ മുഴങ്ങി. അതാ, ദിച്ചുമോൻ വീടിനുപുറത്തേക്ക് കഷ്ടപ്പെട്ട് ഓടിവരുന്നു. പുസ്തകങ്ങളെല്ലാം തിക്കികയറ്റിയ ഏതാണ്ട് 7 കി ഗ്രാം ഭാരമുള്ള സ്കൂൾ ബാഗ് തോളുകളുടെ സഹായത്താൽ പുറത്തു താങ്ങി മറ്റൊരു ചെറിയ ബാഗിൽ ഉച്ചഭക്ഷണവും വാട്ടർ ബോട്ടിലുമായി ദിച്ചുമോൻ ബസിൽ കയറി. "അപ്പൂപ്പാ, അമ്മൂമ്മാ, അമ്മാ, അച്ഛാ, ബൈ" അങ്ങനെ അവൾ രാവിലെ സ്കൂളിൽ പോയി.

ദിച്ചുമോനുണ്ടെങ്കിലേ വീട്ടിൽ ഒരനക്കമുള്ളെന്ന് രാജശേഖരൻ ഇടയ്ക്കിടെ പറയും. അതുകേൾക്കുമ്പോഴെല്ലാം ദിച്ചുമോന്റെ അച്ഛൻ വിഷ്ണുപ്രസാദ് പറയും. 'അവൾ വീട്ടിൽ പുലിയും സ്കൂളിൽ എലിയുമാണ്. എല്ലാ ക്ലാസിലും പഠിത്തത്തിൽ ഒന്നാം സ്ഥാനമാണ്. വളരെ നല്ല സ്വഭാവം, നല്ല അച്ചടക്കം, നല്ല പെരുമാറ്റം, എല്ലാ കാര്യങ്ങളിലും നല്ല കൃത്യനിഷ്ഠ- അങ്ങനെ പോകുന്നു ദിവ്യജോതിയെക്കുറിച്ചുള്ള അവളുടെ ക്ലാസ് ടീച്ചറുടെ അഭിപ്രായം."

"ആരോ ഗേറ്റു കടന്നു വരുന്നുണ്ടല്ലോ? ആരാണെന്ന് നോക്കിക്കെ, അച്ഛാ." അത്രയും പറഞ്ഞിട്ട് പച്ചക്കറി അരിഞ്ഞു കൊണ്ടിരുന്ന ശ്രീദേവി അടുക്കളയിലേക്കു പോയി. "ദാ, നോക്കിക്കെ പിശുക്കൻ ചേട്ടനാണ് വരുന്നത്. എന്തോ കോളൊപ്പിക്കാനാണെന്നു തോന്നുന്നു. അങ്ങനെ പറഞ്ഞ് മകളുടെ പിന്നാലെ ശാരദാമ്മയും അടുക്കളയിലേക്കുപോയി.

ആ നാട്ടിലെ വിരലിലെണ്ണാവുന്ന ഏതാനും കർഷകരിൽ ഒരാളാണ് കുള്ളനായ കുട്ടൻപിള്ള. പിള്ള കൃഷി ചെയ്യുന്ന പ്രധാന വിള തെങ്ങാണ്. ധാരാളം തെങ്ങുണ്ടെങ്കിലും വിളവു നന്നേ കുറവാണ്. തെങ്ങിന് ആവശ്യമായ പരിചരണ മുറകൾ ഒന്നും തന്നെ കുട്ടൻപിള്ള അനുഷ്ഠിക്കാറില്ല. എന്തിന് വളവും വെള്ളവും പോലും കുട്ടൻപിള്ളയുടെ കൃഷി നിഘണ്ടുവിലില്ല. കൃഷിയിൽ മാത്രമല്ല, എല്ലാ കാര്യങ്ങളിലും പിള്ള ഇങ്ങനെയാണ്. പണമുണ്ടെങ്കിലും ആവശ്യത്തിന് ചെലവാക്കത്തില്ല. അങ്ങനെയാണ് കുട്ടൻപിള്ള എന്ന കർഷകൻ നാട്ടുകാരുടെ ഇടയിൽ

പിശുക്കൻ പിള്ളയായത്. രാജശേഖരനെ താടിചേട്ടൻ എന്നാണ് കുട്ടൻപിള്ള സ്നേഹത്തോടെ വിളിക്കുന്നത്.

രാജശേഖരനും കുട്ടൻപിള്ളയും അടുത്ത സുഹൃത്തുക്കളാണ്. ധാരാളിയായ രാജശേഖരനും അറുത്തകൈയ്ക്ക് ഉപ്പു തേക്കാത്ത പിശുക്കൻ പിള്ളയും എങ്ങനെ സുഹൃത്തുക്കളായെന്ന് നാട്ടുകാർ അത്ഭുതപ്പെടാറുണ്ട്.

വനമാലിയിലെ വരാന്തയിൽ കയറിയ കുട്ടൻപിള്ള അവിടെ കിടന്ന തടിക്കസേരയിൽ ഇരുപ്പുറപ്പിച്ചു. രാജശേഖരനും കുട്ടൻപിള്ളയും സംസാരം തുടങ്ങി. “എന്താടോ, പിശുക്കൻ പിള്ളേ ഇതുവഴിയൊക്കെ? തന്റെ മുഖത്തിനെന്താ ഒരു വാട്ടം; തെങ്ങിന് കാറ്റു വീഴ്ച ബാധിച്ചപോലെ.” “ഓ, എന്തോ പറയാനാ താടിച്ചേട്ടാ, പ്രതീക്ഷിച്ചപോലൊന്നും പുരയിടത്തിൽനിന്ന് തേങ്ങാ കിട്ടുന്നില്ല. എന്റെ പുരയിടത്തിൽ കൂടുതലും നാടൻ തെങ്ങിനങ്ങളാണെന്ന് ചേട്ടനറിയാമല്ലോ. പിന്നെ, അടുത്ത കാലത്ത് കൃഷി വകുപ്പിൽനിന്നും വാങ്ങിയ കുറച്ച് കുള്ളൻ ഇനങ്ങളും. അന്ന് വളരെ കുറച്ച് കുള്ളൻ തൈകൾ മാത്രമേ കിട്ടിയുള്ളൂ; അതും നമ്മുടെ മെമ്പർ വേണുപിള്ളയുടെ ശുപാർശയിൽ. മെമ്പർ വേണുപിള്ളയുടെ ഭാര്യ ഗിരിജാമ്മയുടെ കൂടെ പഠിച്ച കൊച്ചല്ലിയോ, ഇപ്പോഴത്തെ കൃഷി ആഫീസർ” നാട്ടിലെ പ്രമാണിയും നാട്ടുകാരുടെ കണ്ണിലുണ്ണിയുമായ മഠത്തിൽ വീട്ടിൽ വേണുഗോപാലപിള്ള പല പ്രാവശ്യം പഞ്ചായത്തുമെമ്പറായി സേവനമനുഷ്ഠിച്ചിട്ടുണ്ട്. ഇപ്പോൾ മെമ്പർ അല്ലെങ്കിലും നാട്ടുകാരുടെയിടയിൽ മെമ്പർ വേണുപിള്ള എന്നാണ് അറിയപ്പെടുന്നത്.

പിശുക്കൻ പിള്ള തന്റെ വിഷമങ്ങളും പരാതികളുമെല്ലാം ഓരോന്നോരോന്നായി രാജശേഖരന്റെ മുൻപിൽ അവതരിപ്പിച്ചു. “ഏതായാലും വേണുപിള്ളയുടെ ശുപാർശയിൽ കുറച്ച് തെങ്ങിൻ തൈകൾ കിട്ടിയെന്നത് സത്യമാ. പക്ഷേ, അതല്ലല്ലോ ചേട്ടാ കാര്യം. പുരയിടത്തിലാകമാനം വിളവു നന്നേ കുറവാണ്. ഓരോ ഇടീലിനും തേങ്ങാ കുറഞ്ഞു കുറഞ്ഞ് വരുകയാണ്.” “ഓ, തേങ്ങാക്കുല! തന്നെപ്പോലൊരു അറുപിശുക്കൻ. തെങ്ങിനു

വല്ലതും കൊടുത്തിട്ടുവേണ്ടായോടോ തേങ്ങാകിട്ടാൻ. തന്റെയൊരു പരാതി." 'ഹി ഹീ ഹി ഹീ' എന്ന് ഉച്ചത്തിൽ ചിരിച്ചുകൊണ്ട് രാജശേഖരൻ പരിഹസിച്ചു. അവർ സംസാരിച്ചുകൊണ്ടിരുന്നപ്പോൾ ശാരദാമ്മ രണ്ടുപേർക്കും കാപ്പികൊണ്ടുവച്ചിരുന്നു. താൻ, കാപ്പികുടിക്ക്. ഇപ്പോൾ തണുത്തു കാണുമെന്നു പറഞ്ഞുകൊണ്ട് രാജശേഖരൻ ഒരു കപ്പ് കാപ്പിയെടുത്ത് കുട്ടൻ പിള്ളയ്ക്ക് കൊടുത്തു.

പരിഭവവും പരാതിയും നാട്ടുവർത്തമാനവും പറഞ്ഞിരുന്ന് സമയം പോയത് രാജശേഖരനും കുട്ടൻ പിള്ളയും അറിഞ്ഞതേയില്ല. "ഉച്ചയാകാറായി. ഞാൻ ഇറങ്ങട്ടെ." കുട്ടൻ പിള്ള തിരിച്ചുപോകാനായി എഴുന്നേറ്റു. "തെങ്ങിന്റെ വിളവു കൂട്ടാൻ എന്താ ഒരു എളുപ്പവഴിയെന്നു വെച്ചാൽ താടിച്ചേട്ടൻ ആലോചിച്ചു പറഞ്ഞുതരണം." പിശുക്കൻ പിള്ളയ്ക്ക് അധികം പണം ചെലവാക്കാതെ വിളവു വർദ്ധിപ്പിക്കുന്ന മാർഗ്ഗമാണറിയേണ്ടതെന്ന് രാജശേഖരന് നന്നായി അറിയാം. "താൻ ഒരു കാര്യം ചെയ്യ്. വൈകിട്ട് അഞ്ചുമണിയോടുകൂടി ഇങ്ങോട്ടു കടക്ക്. എന്നിട്ട് നമുക്ക് ഒരിടംവരെ പോകണം. നല്ല വിളവു കിട്ടുന്ന നല്ലയിനം തെങ്ങുകളുള്ള ഒരു പുരയിടം തനിക്കു ഞാൻ കാണിച്ചു തരാം. പിന്നീട് നമുക്ക് ബാക്കി കാര്യം ചർച്ച ചെയ്യാം." രാജശേഖരന്റെ അഭിപ്രായത്തോട് കുട്ടൻ പിള്ളയ്ക്ക് എപ്പോഴും നൂറുശതമാനം യോജിപ്പാണ്. "ശരി ചേട്ടാ. അങ്ങനെയാവട്ടെ." എന്ന് പറഞ്ഞുകൊണ്ട് കുട്ടൻ പിള്ള ഗേറ്റുകടന്നു പുറത്തേക്കുപോയി.

വൈകിട്ട് നാലുമണി കഴിഞ്ഞ സമയം. ദിച്ചുമോൻ സ്കൂൾ ബസിൽ നിന്നിറങ്ങി, വനമാലിയുടെ ഗേറ്റിനകത്തേക്കു കടന്നു. "ഈ എടുത്താ പൊങ്ങാത്ത ബാഗും തൂക്കി നടന്ന് കുഞ്ഞിന്റെ കഴുത്തും കൈയും ഒക്കെ വേദനിക്കുമല്ലോ!" താടിയപ്പൂപ്പന്റെ വിഷമം ആ വാക്കുകളിൽ നിഴലിച്ചിരുന്നു. ദിച്ചുമോനെ കണ്ട മാത്രയിൽ തന്നെ താടിയപ്പൂപ്പൻ അടുത്തുചെന്ന് സ്കൂൾ ബാഗ് വാങ്ങി പഠനമുറിയിലെ മേശമേൽ കൊണ്ടുവെച്ചു.

സ്കൂൾ യൂണിഫോം എല്ലാം മാറി കുളിയും കഴിഞ്ഞ് മിഡിയും ടോപ്പും ധരിച്ച് ദിച്ചുമോൻ താടിയപ്പൂപ്പന്റെ അടുത്തു

വന്നിരുന്ന് ലഘുഭക്ഷണം കഴിച്ചു. അപ്പോഴേക്കും പറഞ്ഞുറപ്പിച്ച പ്രകാരം കുട്ടൻ പിള്ള കയറിവന്നു. സമയക്രമം പാലിക്കുന്നതിൽ രാജശേഖരന് വലിയ നിർബ്ബന്ധമാണെന്ന് കുട്ടൻ പിള്ളയ്ക്ക് അറിയാം.

"താടിയപ്പൂപ്പാ, ദാ പിള്ളയപ്പൂപ്പൻ വന്നല്ലോ!" അങ്ങനെയാണ് പിശുക്കൻ പിള്ളയെ ദിച്ചുമോൻ വിളിക്കുന്നത്. "ദിച്ചുമോൻ കൈകഴുകിയിട്ടു വരൂ. നമുക്ക് പിള്ളയപ്പൂപ്പന്റെ കൂടെ ഒരിടം വരെ പോകണം." "എവിടെ പോകുന്ന കാര്യമാ അപ്പൂപ്പൻ പറയുന്നത്." അവളുടെ അറിയാനുള്ള ആകാംക്ഷ. അതൊക്കെ പോകുന്നവഴി പറഞ്ഞുതരാമെന്നും പറഞ്ഞ് ദിച്ചുമോന്റെ കൈയും പിടിച്ച് താടിയപ്പൂപ്പൻ പിശുക്കൻ പിള്ളയോടൊപ്പം വഴിയിലേക്കിറങ്ങി നടന്നു.

മൂന്നുപേരും കൂടി കുറച്ചു ദൂരം നടന്നപ്പോഴേക്കും 'ബഥേൽ' എന്ന വീടിന്റെ പടിക്കലെത്തി. 'ബഥേൽ' അതാണ് തോമസുകുട്ടി എന്ന കർഷന്റെ വീട്. തോമസുകുട്ടി ആ നാട്ടിലെ എല്ലാവരുടേയും അച്ചായനാണ്. എല്ലാവർക്കും സമ്മതനായ തോമസ് കുട്ടിക്ക് തോമ്മാച്ചായൻ എന്ന നാട്ടുപേര് നന്നേ ചേരുമെന്ന് മാത്രമല്ല അദ്ദേഹത്തിനും അങ്ങനെ വിളിക്കുന്നത് വളരെ ഇഷ്ടമാണ്. അതു ഒരു ഗമയായിട്ടാണ് തോമ്മാച്ചായൻ കണക്കാക്കിയിരിക്കുന്നത്. താടിയപ്പൂപ്പന്റെ ആത്മാർത്ഥ സുഹൃത്താണ് തോമ്മാച്ചായൻ.

നാട്ടിലെ കർഷകസെമിനാറുകളിലെല്ലാം തന്നെ 'ഫാർമർ പ്രൊഫസർ' എന്നാണ് തോമ്മാച്ചായനെ അഭിസംബോധന ചെയ്യുന്നത്. സ്കൂൾ വിദ്യാഭ്യാസം മാത്രമേയുള്ളൂവെങ്കിലും കൃഷിയിലുള്ള താല്പര്യവും ദീർഘകാല പരിചയവുമാണ് അച്ചായനെ ആ പ്രദേശത്തെ കർഷകരുടെ ഗുരുവാക്കിയത്. അച്ചായനറിയാവുന്ന ഒരേ ഒരു പണി കൃഷിയാണ്. പലതരം വിളകളാൽ സമൃദ്ധമാണ് തോമ്മാച്ചായന്റെ പുരയിടം.

അപ്പൂപ്പന്മാരോടൊപ്പം ദിച്ചുമോൻ ബഥേൽ വീടിന്റെ വരാന്തയിൽ കയറി. മൂന്നുപേരേയും കണ്ടപ്പോൾ തോമ്മാച്ചായന് പറഞ്ഞറിയിക്കാൻ വയ്യാത്തത്ര സന്തോഷം. "എല്ലാവരുംവന്ന

കാലേൽ നില്ക്കാതെ ഇരുന്നാട്ടെ" ഓരോ ചായ കുടിക്കാമെന്ന് തോമ്മാച്ചായൻ പറഞ്ഞതും അടുക്കള ഭാഗത്തേക്കു നോക്കി എടീ കൂവേ, മൂന്നു നാലു ചായ വേണമെന്നു പറഞ്ഞതും ഒരുമിച്ചായിരുന്നു. "ശരി. ഇപ്പോൾ കൊണ്ടുവരാം." അടുക്കള ഭാഗത്തുനിന്നു തോമ്മാച്ചായന്റെ ഭാര്യ ഗ്രേസിടീച്ചറുടെ മറുപടി.

തോമ്മാച്ചായന്റെ സ്വീകരണമുറിയിൽ തെങ്ങുകൃഷിയെപ്പറ്റിയുള്ള ചർച്ചയാരംഭിച്ചു. ചർച്ചയ്ക്കിടയിലും ഗ്രേസിടീച്ചർ കൊണ്ടുവെച്ച അച്ചപ്പവും ഉണ്ണിയപ്പവും ചായയും കഴിക്കുന്നതിൽ പിശുക്കൻ പിള്ള ഒട്ടും പിശുക്കു കാണിച്ചില്ല. പിശുക്കൻ പിള്ളയുടെ പുരയിടത്തിലെ തെങ്ങിൽ എല്ലാംതന്നെ വിളവ് വളരെ കുറവാണെന്നും, അത് വർഷംതോറും കുറഞ്ഞുവരുകയാണെന്നും, അതിൽ പിള്ളയ്ക്ക് വലിയ മനോവിഷമമാണെന്നുമുള്ള കാര്യങ്ങൾ രാജശേഖരൻ അവതരിപ്പിച്ചു. "ചേട്ടാ, തെങ്ങിന് നാം വല്ലതും കൊടുത്താലല്ലെ, അത് നമുക്ക് കൈനിറയെ തരികയുള്ളൂ. ഒന്നും കൊടുക്കാതെ തന്നെ കുറച്ചെങ്കിലും കിട്ടുന്നത് മഹാഭാഗ്യമായി കരുതിയാൽ മതി." തോമാച്ചായൻ ഇത്രയും പറഞ്ഞത് പിശുക്കൻ പിള്ളയെ ഉദ്ദേശിച്ചാണെന്ന് ആർക്കാണ് മനസ്സിലാകാത്തത്.

തെങ്ങുകൃഷിയെക്കുറിച്ചുള്ള ചർച്ച പല ദിശകളിലും പുരോഗമിച്ചുകൊണ്ടിരുന്നപ്പോൾ ദിച്ചുമോന് ബോറടിക്കാൻ തുടങ്ങി. അവളുടെ മുഖഭാവത്തിൽനിന്നും അതു മനസ്സിലാക്കിയ തോമ്മാച്ചായൻ അവളെ കൂടി ചർച്ചയിൽ സൂത്രത്തിൽ പങ്കെടുപ്പിക്കാൻ തീരുമാനിച്ചു. "മോൾക്ക് ബോറടിക്കുന്നു. അല്ലേ? ഞാൻ ക്വിസ് മാസ്റ്ററെപ്പോലെ ചില ലളിതമായ ചോദ്യങ്ങൾ തെങ്ങിനെക്കുറിച്ച് ചോദിക്കാം. മോൾ ഉത്തരം പറയണം. താടിയപ്പൂപ്പനും പിള്ളയപ്പൂപ്പനും ഗ്രേസിയാന്റിയുമാണ് കാണികൾ."

തോമ്മാച്ചായൻ : ക്വിസ് പ്രോഗ്രാം ആരംഭിക്കുകയാണ്. എല്ലാവരും റെഡിയല്ലേ?

ദിച്ചുമോൻ : യെസ്, റെഡി

തോമ്മാച്ചായൻ : മോൾ പറയൂ, നമുക്ക് തെങ്ങിൽനിന്ന് എന്തെല്ലാമാണ് കിട്ടുന്നത്?

ദിച്ചുമോൻ : തേങ്ങാ, ഓല, കൊതുമ്പ്

തോമ്മാച്ചായൻ : ശരിയാണ്. ഇവ കൂടാതെ തെങ്ങ് നമുക്ക് പലതും തരുന്നുണ്ട്. തേങ്ങയെടുത്ത ശേഷം അവശേഷിക്കുന്ന കുല, ഇതിന് നമ്മുടെ നാട്ടിൽ സാധാരണയായി ത്ലാഞ്ഞിൽ, ക്ലാഞ്ഞിൽ എന്നൊക്കെ പറയും. പ്രായമായ തെങ്ങിന്റെ തടി ചെറിയ വീടുകൾ, കസേര, മേശ മുതലായ വീട്ടുപകരണങ്ങൾ എന്നിവയ്ക്കെല്ലാം ഉപയോഗിക്കാറുണ്ട്.

വീണ്ടും ദിച്ചുമോനെക്കൊണ്ട് കുറച്ചുകാര്യങ്ങൾ കൂടി പറയിപ്പിക്കാൻ വേണ്ടി തോമ്മാച്ചായൻ ചോദ്യങ്ങൾ തുടർന്നു.

തോമ്മാച്ചായൻ : തേങ്ങയിൽനിന്ന് നമുക്ക് എന്തെല്ലാമാണ് കിട്ടുന്നത്?

ദിച്ചുമോൻ : തേങ്ങയുടെ അകത്തുള്ള കറികൾക്ക് ഉപയോഗിക്കുന്ന കാമ്പ്, തേങ്ങാവെള്ളം, ചിരട്ട, തൊണ്ട്. കൂടാതെ തൊണ്ടിൽനിന്നു ചകിരിയും ചകിരിച്ചോറും കിട്ടും. ചകിരിച്ചോറു വളമാക്കിയത് താടിയപ്പൂപ്പൻ വാങ്ങാറുണ്ട്. ഞങ്ങളുടെ വീട്ടിൽ ചിരട്ട തവിയുമുണ്ട്.

തോമ്മാച്ചായൻ : ഓ, മിടുക്കി. പാതയോരങ്ങളിൽ നമ്മുടെ ദാഹശമനത്തിനായി പോഷകസമൃദ്ധമായ ഒരു പാനീയം കിട്ടുന്നത് തെങ്ങിന്റെ എന്തിൽ നിന്നാണ്.

ദിച്ചുമോൻ : കരിക്ക്

തോമ്മാച്ചായൻ : അതേ, കരിക്ക് അഥവാ ഇളനീർ. ഇനിയും പറയൂ. തേങ്ങാ വെള്ളവും തേങ്ങാപ്പാലും തമ്മിലുള്ള വ്യത്യാസമെന്താണ്?

ദിച്ചുമോൻ : അതെനിക്കറിയില്ലങ്കിളേ?

തോമ്മാച്ചായൻ : സാരമില്ല. കരിക്കു പൊട്ടിക്കുമ്പോഴും വിളഞ്ഞ തേങ്ങ പൊതിച്ച് പൊട്ടിക്കുമ്പോഴും അതിനകത്തുള്ള നാം കുടിക്കുന്ന വെള്ളമാണ് തേങ്ങാവെള്ളം. എന്നാൽ വിളഞ്ഞ തേങ്ങയുടെ അകത്തുള്ള കാമ്പ് ചിരകി പിഴിഞ്ഞെടുക്കുന്നതാണ് തേങ്ങാപാൽ. ഇനിയും പറയൂ. ദിച്ചുമോന്റെ അമ്മ ഏത് എണ്ണയിലാണ് ഉപ്പേരി വറുക്കുന്നത്. ആ എണ്ണ എന്തിൽ നിന്നാണ് കിട്ടുന്നത്.

ദിച്ചുമോൻ : വെളിച്ചെണ്ണയിലാണ് അമ്മ ഉപ്പേരി വറുക്കുന്നത്. തേങ്ങാ ഉണക്കി കൊപ്ര എടുത്ത് മില്ലിൽ കൊണ്ടുപോയി ആട്ടിക്കുമ്പോൾ വെളിച്ചെണ്ണയും പിണ്ണാക്കും കിട്ടും.

തോമ്മാച്ചായൻ : മോളുടെ അറിവിലേക്കായി ഒരു കാര്യം കൂടി ചോദിക്കാം. ഉരുക്കു വെളിച്ചണ്ണ (Virgin coconut oil) എങ്ങനെയാണ് ഉണ്ടാക്കുന്നത്?

ദിച്ചുമോൻ : ഞാൻ കണ്ടിട്ടുണ്ട്. പക്ഷേ, എങ്ങനെയാണുണ്ടാക്കുന്നതെന്ന് അറിയില്ല.

തോമ്മാച്ചായൻ : എന്നാൽ പറഞ്ഞുതരാം. തേങ്ങാ ഉണങ്ങാതെ, അതിനുള്ളിലെ കാമ്പ് ചിരകി പിഴിഞ്ഞെടുക്കുന്ന തേങ്ങാപ്പാലിൽ നിന്നാണ് ഉരുക്കു വെളിച്ചെണ്ണയെടുക്കുന്നത്. തേങ്ങാപ്പാൽ തിളപ്പിച്ചും മറ്റു പല രീതികളിലും ഉരുക്കുവെളിച്ചെണ്ണയുണ്ടാക്കുന്നുണ്ട്. കൂടാതെ തേങ്ങാവെള്ളത്തിൽ നിന്നും വിനാഗിരിയും ഉണ്ടാക്കുന്നുണ്ട്.

തോമ്മാച്ചായൻ ദിച്ചുമോന്റെ അറിവിലേക്കായി ഏതാനും

കാര്യങ്ങൾ കൂടി പറഞ്ഞു കൊടുത്തു. "തെങ്ങിന്റെ പല ഭാഗങ്ങളും ഉപയോഗിച്ച് പ്രത്യേകിച്ചും തേങ്ങാകൊണ്ട് വിവിധ തരത്തിലുള്ള മൂല്യവർദ്ധിത ഉല്പന്നങ്ങൾ ഉണ്ടാക്കുന്നുണ്ട്. മോൾക്ക് അറിയാവുന്ന ചെറിയ രണ്ട് ഉല്പന്നങ്ങളാണ് ചിരട്ടക്കരിയും ഓലയിലെ ഈർക്കിൽ കൊണ്ടുണ്ടാക്കുന്ന ചൂലും. ചുരുക്കിപ്പറഞ്ഞാൽ നമ്മുക്ക് ദിനംപ്രതി ആവശ്യമായ പലതും തെങ്ങ് തരുന്നുണ്ട്. അപ്പോൾ നമ്മൾ തെങ്ങിന് എന്താണ് തിരിച്ചുകൊടുക്കുന്നതെന്നുകൂടി ആലോചിക്കേണ്ടേ?

തെങ്ങിന്റെ എല്ലാ ഭാഗങ്ങളും ഒരു രീതിയിലല്ലെങ്കിൽ മറ്റൊരു രീതിയിൽ പ്രയോജനപ്രദമാണ്. അതുകൊണ്ടാണ് 'കല്പവൃക്ഷം' എന്ന് തെങ്ങ് അറിയപ്പെടുന്നത്." അതുകേട്ടപ്പോൾ ദിച്ചു മോന് സന്തോഷമായി. നാളെ കൂട്ടുകാരോടെല്ലാം ചോദിക്കാൻ നല്ല ഒരു ചോദ്യം കിട്ടി. 'ഏതാണ് കല്പവൃക്ഷമെന്നറിയപ്പെടുന്ന മരം' അങ്ങനെ ദിച്ചുമോൻ ഓരോന്ന് ആലോചിച്ചു കൊണ്ടിരുന്നപ്പോൾ തോമ്മാച്ചായൻ ക്വിസിന്റെ അവസാന ചോദ്യത്തിലേക്കു കടന്നു. "എല്ലാവർഷവും ഏതു ദിവസമാണ് ലോക നാളികേരദിനമായി ആഘോഷിക്കുന്നത്?"

ദിച്ചുമോൻ : (തെല്ലു സങ്കടത്തോടെ), അതും എനിക്കറിയില്ല അച്ചായനങ്കിളേ.

തോമ്മാച്ചായൻ : സാരമില്ല. ഞാൻ പറഞ്ഞു തരാം. പക്ഷേ, മറക്കരുത്. സ്കൂളിലെ ക്വിസ് പരിപാടികൾക്കും മറ്റും ചോദിക്കാൻ സാദ്ധ്യതയുള്ളതാണ്. എല്ലാ വർഷവും സെപ്തംബർ രണ്ടാം തീയതി ലോകനാളികേര ദിന (World Coconut Day)മായി ആഘോഷിക്കുന്നു. ഇനിയും ധാരാളം കാര്യങ്ങൾ തെങ്ങിനെക്കുറിച്ച് പറയാനുണ്ട്. അത് പിന്നീട് ഒരവസരത്തിലാകാം. മോൾക്ക് സന്തോഷമായല്ലോ?

ഇനിയും അപ്പൂപ്പന്മാരുടെ കാര്യത്തിലേക്കു കടക്കട്ടെയെന്നു പറഞ്ഞുകൊണ്ട് ക്വിസ് പരിപാടി അവസാനിപ്പിച്ചു.

ക്വിസ് പരിപാടി സശ്രദ്ധം കേട്ടുകൊണ്ടിരുന്ന താടിയപ്പൂപ്പനേയും പിശുക്കൻ പിള്ളയേയും കൂട്ടി തോമ്മാച്ചായൻ തന്റെ തെങ്ങിൻ പുരയിടത്തിലേക്കിറങ്ങിയപ്പോൾ ദിച്ചുമോനും അവരോടൊപ്പം കൂടി. പൊങ്ങച്ചം പറയാൻ ഒട്ടും മടി കാണിക്കാത്ത തോമ്മാച്ചായൻ തന്റെ കൃഷിയെപ്പറ്റി വാചാലനായി. "ഈ തെങ്ങുകളുടെ ആരോഗ്യവും കായ്ഫലവും കണ്ടിട്ട് എന്റെ കൃഷിരീതി എങ്ങനെയുണ്ടെന്ന് നിങ്ങൾത്തന്നെ തീരുമാനിക്കുക. ശുപാർശ ചെയ്തിരിക്കുന്ന എല്ലാ പരിപാലന മുറകളും ഞാൻ യഥാസമയം ചെയ്യുന്നുണ്ട്. വേനൽക്കാലനന വിളവു വർദ്ധിപ്പിക്കുമെന്നതിൽ ഒരു സംശയവും വേണ്ട." ഈ സ്വയം പുകഴ്ത്തൽ അല്പം കൂടിപ്പോയെങ്കിലും പറഞ്ഞതെല്ലാം വളരെ പ്രാധാന്യമുള്ള കാര്യങ്ങളാണെന്ന് താടിയപ്പൂപ്പൻ മനസ്സിൽ വിചാരിച്ചു. എല്ലാവരും ശ്രദ്ധിക്കുന്നുണ്ടെന്നു കണ്ട അച്ചായൻ തന്റെ കൃഷിരീതികളെക്കുറിച്ച് കൂടുതൽ വിശദീകരിക്കാൻ തുടങ്ങി. "രാസവളങ്ങളോടൊപ്പം ജൈവവളപ്രയോഗവും ഒരു വർഷവും മുടക്കാറില്ലെന്നു മാത്രമല്ല അളവിലും കുറവു വരുത്താറില്ല. അതുകൊണ്ടു മാത്രമാണ് ഈ തെങ്ങുകൾക്കെല്ലാം ഇത്രയും ആരോഗ്യവും വിളപ്പൊലിമയുമെന്ന് കരുതരുത്. രോഗ-കീട ബാധ കണ്ടാലുടനെ അതിനുള്ള നിയന്ത്രണമാർഗ്ഗങ്ങൾ കൈക്കൊള്ളും. ചില രോഗങ്ങൾക്കും കീടബാധകൾക്കും അത് ആരംഭിക്കുന്നതിനു മുൻപുതന്നെ നിയന്ത്രണമാർഗ്ഗങ്ങൾ അവലംബിക്കും. Prevention is better than cure എന്നാണെല്ലോ പറയുന്നത്." അച്ചായൻ തനിക്ക് ഇംഗ്ലീഷ് അറിയാമെന്ന ഭാവത്തിൽ ദിച്ചുമോനെ നോക്കി പുഞ്ചിരിച്ചു.

അങ്ങനെ, തെങ്ങുകൃഷിയെപ്പറ്റി സംസാരിച്ചുകൊണ്ട് നടന്ന് അവർ പുരയിടത്തിന്റെ മറ്റൊരു ഭാഗത്തെത്തി. അവിടെയുള്ള പൊക്കംകുറഞ്ഞ തെങ്ങിനങ്ങളെ ചൂണ്ടിക്കാണിച്ചുകൊണ്ട് തോമ്മാച്ചായൻ പറഞ്ഞു. "ഇതുവരെ നിങ്ങൾ കണ്ട തെങ്ങുകളെല്ലാം പശ്ചിമതീരനെടിയൻ എന്ന നാടൻ, ഇനമായിരുന്നു. ആ കാണുന്ന രണ്ടേക്കറിൽ 'ചാവക്കാട് കുറിയ പച്ച, ചാവക്കാട് കുറിയ ഓറഞ്ച്' എന്നീ കുള്ളൻ ഇനങ്ങളും DXT എന്ന പൊക്കം

കുറഞ്ഞ സങ്കര ഇനവുമാണ്. സങ്കര ഇനത്തിൽനിന്നാണ് ഏറ്റവും കൂടുതൽ വിളവു കിട്ടുന്നത്. അതിനനുസരിച്ച് വളവും വെള്ളവും മറ്റും കൊടുക്കുന്നുമുണ്ട്. ഇപ്പോൾ കുള്ളൻ ഇനങ്ങളുടെയും സങ്കര ഇനങ്ങളുടെയും തൈകൾ കിട്ടാൻ വളരെ ബുദ്ധിമുട്ടാണ്. എല്ലാവരും ഈ ഇനങ്ങൾക്കായി പരക്കം പായുന്നതുകൊണ്ട് കുള്ളന്മാർക്ക് ഭയങ്കര ഡിമാന്റാണ്." അതു പറഞ്ഞപ്പോൾ കുള്ളനായ പിശുക്കൻ പിള്ളയെ നോക്കി തോമ്മാച്ചായൻ കണ്ണിറുക്കി.

"ഈ തെങ്ങുകൃഷി കണ്ടിട്ട് പിശുക്കൻ പിള്ളയ്ക്ക് എന്തു തോന്നുന്നു?" അച്ചായന് കുട്ടൻ പിള്ളയുടെ അഭിപ്രായമറിയണമെന്നുണ്ട്. "താൻ ഭാഗ്യവാനാടോ. ഏതായാലും എല്ലാവരും എന്നെ പിശുക്കനെന്നാ വിളിക്കുന്നത്. ഇനിയും ആ പേരു മാറാനും പോകുന്നില്ല. പക്ഷേ, തന്റെ ഉപദേശപ്രകാരം ഇന്നു മുതൽ ഞാനും തെങ്ങിന് ശുപാർശ ചെയ്തിരിക്കുന്ന എല്ലാ പരിപാലന മുറകളും അവലംബിക്കാൻ തീരുമാനിച്ചു. കുറച്ചു കൂടി കുള്ളൻ ഇനങ്ങൾ വെച്ചുപിടിപ്പിക്കണമെന്നുണ്ട്. പക്ഷേ, കിട്ടാനില്ലല്ലോ! എല്ലാവർക്കും പൊക്കം കുറഞ്ഞ ഇനങ്ങളോടാണ് കമ്പം. കുള്ളന്മാർ എത്ര ഭാഗ്യവാന്മാർ." പിശുക്കൻ പിള്ള അത്രയും പറഞ്ഞ് നെടുവീർപ്പിട്ടു. അതുകേട്ട് ദിച്ചുമോന് ചിരി വന്നു. "അപ്പോൾ പിള്ളയപ്പൂപ്പനും ഭാഗ്യവാനാണല്ലോ!" പിശുക്കൻ പിള്ളയ്ക്ക് ദിച്ചുമോന്റെ വക ഒരു ഗോൾ. "തെങ്ങിന്റെ കാര്യത്തിൽ നല്ല ഡിമാന്റുള്ള കുള്ളന്മാർ ഭാഗ്യവാന്മാർ തന്നെ. എന്നാൽ കുട്ടൻ പിള്ളയുടെ കാര്യത്തിൽ കുള്ളന്മാർ പിശുക്കന്മാർ എന്നു പറയുന്നതായിരിക്കും അതിന്റെ ശരി." താടിയപ്പൂപ്പന്റെ പരിഹാസം കേട്ട് എല്ലാവരും ഉറക്കെ ചിരിച്ചു. പിശുക്കൻ പിള്ളയ്ക്കും ചിരിയടക്കാൻ കഴിഞ്ഞില്ല.

ചോക്ലേറ്റു മരം

"ഇന്ന് ചിങ്ങമാസത്തിലെ ഉത്രാടം നാളാണ്. ഇന്നാണ് ഒന്നാം ഓണം. നാളെ തിരുവോണമാണ്." വീടിന്റെ വരാന്തയിലേക്കിറങ്ങിവന്ന ശാരദാമ്മ ആരോടെന്നില്ലാതെ പറഞ്ഞു. പക്ഷേ, വരാന്തയിൽ ചാരുകസേരയിൽ മലർന്നുകിടന്ന് വെളിയിലേക്ക് കണ്ണുംനട്ടിരിക്കുന്ന ഭർത്താവ് രാജശേഖരൻ കേൾക്കാൻ വേണ്ടിയാണ് പറഞ്ഞത്. അദ്ദേഹം അത് കേട്ടെങ്കിലും പതിവുപോലെ കേൾക്കാത്ത മട്ടിൽ ഒരു അനങ്ങാപ്പാറപോലെ അവിടെയിരുന്നു. ദിച്ചുമോന്റെ താടിയപ്പൂപ്പൻ അങ്ങനെയാണ്. ശാരദാമ്മ അല്പം ദേഷ്യത്തോടെ വീടിനകത്തേക്കുപോയി.

ചാരുകസേരയിൽ കിടക്കുന്ന താടിയപ്പൂപ്പൻ ഓണക്കാലത്തെക്കുറിച്ച് ഓരോന്ന് ചിന്തിക്കുകയായിരുന്നു. നാളെ തിരുവോണം. മറ്റെന്നാൾ മൂന്നാം ഓണം. മിക്കവാറും എല്ലാ വീട്ടുമുറ്റത്തും അത്തപ്പൂക്കളമുണ്ട്. വിവിധയിനം പൂക്കൾകൊണ്ട് സമൃദ്ധമായ ഓരോ പൂക്കളത്തിനും അതിന്റേതായ പ്രത്യേകതയുണ്ട്. അത്തം നാൾ മുതൽ തിരുവോണം വരെ പത്തുദിവസം ഓരോ വീട്ടുമുറ്റത്തും തയ്യാറാക്കുന്ന പൂക്കളങ്ങൾ മലയാളികളുടെ കലാവാസനയെ എടുത്തു കാണിക്കുന്നു. കേരളത്തിലെ മിക്കയിടങ്ങളിലും വായനശാലകളും മറ്റ് സാംസ്കാരിക സമിതികളും സംഘടിപ്പിക്കുന്ന പൂക്കളമത്സരങ്ങൾ കുട്ടികളുടെയും മുതിർന്നവരുടെയും

ചെറു കൂട്ടായ്മകളുടെ കലാവിരുന്ന് പ്രകടിപ്പിക്കാനുള്ള ആവേശവും ഊർജ്ജസ്വലതയും വർദ്ധിപ്പിക്കുന്നു.

മലയാളികൾ എവിടെയായിരുന്നാലും ഓണം ആഘോഷിക്കും. അതിനു ജാതിയും മതവുമില്ല. വീട്ടുകാരെല്ലാവരും കൂടി ഒത്തുചേരുമ്പോഴുള്ള സന്തോഷം പറഞ്ഞറിയിക്കേണ്ടല്ലോ! ഓണനാളുകളിൽ പുതിയ ഉടുപ്പുകൾ അണിഞ്ഞ് ഊഞ്ഞാലാടാനും, കടുവാകളി, പുലിക്കളി മുതലായ ഓണക്കളികളിൽ പങ്കെടുക്കാനും കൂട്ടംകൂട്ടമായി നടന്ന് പൂക്കൾ ശേഖരിക്കാനും മറ്റും കുട്ടികൾക്ക് എന്ത് ഉത്സാഹമാണ്. പണ്ടൊക്കെ ഓണനാളുകളിൽ യഥേഷ്ടം കളിച്ചു രസിച്ചുനടക്കുന്ന കുട്ടികളുടെയെല്ലാം കൈയിൽ വീട്ടിലുണ്ടാക്കിയ വിവിധ ഇനം ഉപ്പേരികളുണ്ടായിരിക്കും. എന്നാൽ ഇപ്പോൾ ഓണക്കാലത്ത് കുട്ടികൈകളിൽ കളിയടയ്ക്കയും, ശർക്കരപുരട്ടിയും മുറുക്കും മാത്രമല്ല, ചോക്ലേറ്റും ഇടം പിടിച്ചിരിക്കുന്നു. കൂട്ടത്തിൽ ചോക്ലേറ്റാണ് മുഖ്യൻ. എല്ലാ വിശേഷദിവസങ്ങളിലും എന്തിന് വിവാഹ സദ്യകളിൽപ്പോലും ചോക്ലേറ്റ് ഒരു അവിഭാജ്യ ഘടകമായി മാറിയിരിക്കുന്നു.

ദിച്ചുമോന്റെ വീട്ടുമുറ്റത്തും അത്തം നാൾ മുതൽ ദിവസവും പൂക്കളമുണ്ട്. ദിച്ചുമോനും അമ്മ ശ്രീദേവിയും അമ്മൂമ്മ ശാരദാമ്മയും ചേർന്നാണ് പൂക്കളമിടുന്നത്. അപ്പോൾ, അതു ശരിയായില്ല. ആ പൂവല്ല പുറത്തെ കളത്തിൽ ഇടേണ്ടത് എന്നൊക്കെ ഓരോ അഭിപ്രായങ്ങൾ ഇടയ്ക്കിടയ്ക്ക് താടിയപ്പൂപ്പൻ പറഞ്ഞുകൊണ്ടേയിരിക്കും. അതുകേൾക്കുമ്പോൾ ശാരദാമ്മയ്ക്ക് ദേഷ്യം വരും. "ഈ മനുഷ്യന് വേറെ ജോലിയൊന്നുമില്ലേ? വന്നിരുന്നു കുറ്റംപറയുന്നു." ഇത് ശാരദാമ്മയുടെ സ്ഥിരം പല്ലവിയാണ്. പക്ഷേ, താടിയപ്പൂപ്പൻ കേട്ടഭാവം നടിക്കാറില്ല.

വരാന്തയിലെ ചാരുകസേരയിൽ കിടക്കുന്ന താടിയപ്പൂപ്പൻ പതിവുപോലെ പത്രപാരായണത്തിൽ മുഴുകിയിരിക്കുന്നു. പൂക്കളം ഇട്ടശേഷം പ്രഭാത ഭക്ഷണവും കഴിഞ്ഞ് മുറ്റത്തെ തണലിൽ ഇരുന്ന് ദിച്ചുമോൻ കളിതുടങ്ങി. എന്തോ പെട്ടെന്ന് ഓർമ്മിച്ചതുപോലെ അവൾ അകത്തെ മുറിയിലേക്ക് ഓടിപ്പോയി. ഫ്രിഡ്ജിനടുത്തെത്തിയപ്പോൾ ബ്രേക്ക് ഇട്ടപോലെ നിന്നു. അതിനു കാരണമുണ്ട്. അവിടെ അവളുടെ അച്ഛനും അമ്മയും അമ്മൂ

മ്മയോട് എന്തൊക്കെയോ സംസാരിച്ചുകൊണ്ടിരിക്കുകയായിരുന്നു. ഫ്രിഡ്ജ് തുറക്കുന്നത് അത്ര പന്തിയല്ലെന്ന് തോന്നിയിട്ടാവണം അവൾ വന്നവേഗത്തിൽ തന്നെ തിരിച്ചു പോയി. പോയത് മറ്റെങ്ങോട്ടുമല്ല; താടിയപ്പൂപ്പന്റെ അടുത്തേക്കാണ്.

ഉദ്ദേശിച്ച കാര്യം സാധിക്കാൻ എന്തെങ്കിലും തടസ്സമുണ്ടെങ്കിൽ ദിച്ചുമോൻ താടിയപ്പൂപ്പനെയാണ് സമീപിക്കുക. അപ്പൂപ്പനെ വളച്ചൊടിക്കാനുള്ള വിദ്യ അവൾക്ക് അറിയാം. വായിച്ചുകൊണ്ടിരുന്ന അപ്പൂപ്പന്റെ കൈയിൽനിന്നും പത്രം പിടിച്ചുവാങ്ങി കൊഞ്ചിക്കുഴയാൻ തുടങ്ങി. “എന്തോ കാര്യം സാധിക്കാനുള്ള വരവാണല്ലോ?” താടിയപ്പൂപ്പൻ മുറ്റത്തേക്ക് നോക്കി ചിരിച്ചുകൊണ്ടാണ് പറഞ്ഞതെങ്കിലും അത് അവൾക്ക് അത്ര രസിച്ചില്ല. “ഇങ്ങനെയൊക്കെ പറഞ്ഞാൽ ഞാൻ കട്ടിയാകുമേ!” അതു പറയുകയും താടിയപ്പൂപ്പന്റെ മടിയിൽ കയറിയിരിക്കുകയും ഒരുമിച്ചായിരുന്നു. പിണങ്ങുന്നതിന് കട്ടിയാകുമെന്നാണ് ദിച്ചുമോനും കൂട്ടുകാരും പറയുന്നത്. “ചുമ്മാതെ പറഞ്ഞതല്ലേടാ, കുട്ടാ. ദിച്ചുമോന് എന്തുവേണമെങ്കിലും എന്നോടു പറഞ്ഞാൽ പോരെ.” താടിയപ്പൂപ്പൻ അവളെ സമാധാനിപ്പിച്ചു. ദിച്ചുമോന് സന്തോഷമായി. അപ്പൂപ്പന്റെ കഴുത്തിൽ വട്ടം ചുറ്റിപ്പിടിച്ച് കൂടുതൽ കൊഞ്ചിക്കുഴഞ്ഞുകൊണ്ട് അവളുടെ ആവശ്യം തന്ത്രപൂർവ്വം അവതരിപ്പിച്ചു. “അപ്പൂപ്പാ, നമുക്ക് ഓരോ ചോക്ലേറ്റ് അല്ലെങ്കിൽ രണ്ടെണ്ണം വീതം കഴിച്ചാലോ?” “എനിക്ക് ഇപ്പോൾ വേണ്ട. ദിച്ചുമോൻ കഴിച്ചോളൂ.” രാജശേഖരന് ഈയിടെയായി രക്തത്തിലെ പഞ്ചസാരയുടെ അളവ് അല്പം കൂടുതലാണ്. “അതു പറ്റത്തില്ല. അപ്പൂപ്പനും കഴിക്കണം അല്ലെങ്കിൽ ഞാൻ കട്ടിയാകും.” അവൾ വീണ്ടും പിണങ്ങുമെന്നു കണ്ടപ്പോൾ താടിയപ്പൂപ്പൻ പറഞ്ഞു. “എന്നാൽ ശരി. എടുത്തുകൊണ്ടുവരൂ. കഴിച്ചേക്കാം.” അപ്പൂപ്പനാരാമോൻ; ചോക്ലേറ്റു തിന്നാൻ കിട്ടുന്ന ഒരവസരവും പാഴാക്കാറില്ല. അപ്പൂപ്പന്റെ സമ്മതം കിട്ടിയയുടനെ ഓടി ഫ്രിഡ്ജിനടുത്തെത്തി. അതു തുറന്ന് 4 ചോക്ലേറ്റ് എടുത്തു അവളുടെ അച്ഛനും അമ്മയും അമ്മൂമ്മയും എല്ലാം ശ്രദ്ധിച്ച് നോക്കിക്കൊണ്ടിരിക്കുകയായിരുന്നു. അമ്മ അവളെ പിടികൂടി. “ദിച്ചു നീ എത്ര ചോക്ലേറ്റാ കഴിക്കുന്നത്?” ഇങ്ങനെ ചോക്ലേറ്റു കഴിക്കാൻ പാടില്ല

കേട്ടോ? ചുമ്മാതല്ല ഈ കൊച്ച് ശരിക്ക് ആഹാരം കഴിക്കാത്തത്." എന്താ ഇതുമൊരു ആഹാരമല്ലേയെന്ന് ദിച്ചുമോൻ മനസ്സിൽ വിചാരിച്ചെങ്കിലും പറഞ്ഞില്ല. "ശരിയാ മോളേ, ഒരുപാട് ചോക്ലേറ്റ് കഴിക്കരുത്." വിഷ്ണുപ്രസാദ് പതിഞ്ഞ സ്വരത്തിൽ ശ്രീദേവിയെ പിന്താങ്ങി. "മോള് ഒരു കാര്യം ചെയ്യ്. അത്രയും കഴിക്കണ്ട. ഒരെണ്ണം അച്ഛന് തരൂ." ഇതെല്ലാം എനിക്കല്ല. അപ്പൂപ്പനും കൂടിയാ. അപ്പൂപ്പനോട് പറഞ്ഞിട്ടാ ഞാൻ എടുത്തത്. അറിയാമോ?" അതു പറയുമ്പോൾ ദിച്ചുമോന്റെ മുഖത്ത് ദേഷ്യവും പരിഭവവും കലർന്ന ഭാവമായിരുന്നു. ഫ്രിഡ്ജ് തുറന്ന് ഒരു ചോക്ലേറ്റുകൂടി എടുത്ത് അച്ഛന്റെ കൈയിൽ കൊടുത്തിട്ട് അപ്പൂപ്പന്റെ അടുത്തേക്ക് അവൾ ഓടിപ്പോയി. "ഇവരു രണ്ടുപേരും ഇങ്ങനെ ചോക്ലേറ്റു തിന്നുമ്പോൾ കുഞ്ഞെങ്ങിനെ തിന്നാതിരിക്കും. അപ്പൂപ്പനും കൊള്ളാം. അച്ഛനും കൊള്ളാം. ആ മനുഷ്യൻ വയസ്സായെന്നെങ്കിലും ഓർക്കണ്ടേ. വല്ല അസുഖവും വരുമെന്ന് ഒരു വിചാരവുമില്ല." ഇതെല്ലാം ശാരദാമ്മ സ്ഥിരമായി പറയുന്നതായതുകൊണ്ട് ആരും അത്ര ഗൗനിക്കാറില്ല. പക്ഷേ, ശാരദാമ്മ ചോക്ലേറ്റു വിഷയം വിടുന്ന ഭാവമില്ല "അതെങ്ങനാ, അവളുടെ അച്ഛൻ ഏതാണ്ടു മോശമാണോ? എത്രയാ ചോക്ലേറ്റു തിന്നുന്നേ! പിന്നെ, ആ കൊച്ചു കൊച്ചിനെ കുറ്റം പറയാനൊക്കുമോ?" ഇതെല്ലാം കേട്ടുകൊണ്ട് വരാന്തയിലിരുന്ന താടിയപ്പൂപ്പന് ദേഷ്യം വന്നു. " നിങ്ങൾ വലിയ പൊങ്ങച്ചമൊന്നും പറയണ്ട. അവസരം കിട്ടുമ്പോഴെല്ലാം ചോക്ലേറ്റു മാത്രമല്ലല്ലോ ഐസ്ക്രീമും കഴിക്കുന്നില്ലേ?" രാജശേഖരൻ കേൾക്കാതെ എന്തൊക്കയോ പിറുപിറുത്തുകൊണ്ട് ശാരദാമ്മ അടുക്കളയിലേക്കുപോയി.

ദിച്ചുമോൻ ചോക്ലേറ്റുമായി താടിയപ്പൂപ്പന്റെ മടിയിൽ കയറിയിരുന്നു. രണ്ടുപേരും ചോക്ലേറ്റുകഴിച്ചുകൊണ്ടിരുന്നപ്പോൾ പതിവുപോലെ ദിച്ചുമോന്റെ മനസ്സിൽ ഒരു സംശയം ഉടലെടുത്തു. "അപ്പൂപ്പാ, എങ്ങനെയാ ഇത്ര നല്ല ടേസ്റ്റുള്ള ചോക്ലേറ്റ് ഉണ്ടാക്കുന്നത്. ശ്രദ്ധിച്ചിരിക്കാമെങ്കിൽ ചോക്ലേറ്റുണ്ടാക്കുന്ന വിധം ലളിതമായി പറഞ്ഞുതരാം." അതുകേട്ട് ദിച്ചുമോൻ തലകുലുക്കി.

"ദിച്ചുമോന്റെ സ്കൂളിനടുത്തു താമസിക്കുന്ന, എന്റെ ഒരു കൂട്ടുകാരനായ നരേന്ദ്രനപ്പൂപ്പന്റെ വീട്ടിൽ ഒരുദിവസം പോയത്

ഓർമ്മയുണ്ടോ? അവിടെ മുറ്റത്ത് കുറേ കായ്കൾ കൂട്ടിയിട്ടിരിക്കുന്നതു കണ്ടില്ലേ?" താടിയപ്പൂപ്പൻ ദിച്ചുമോന്റെ ശ്രദ്ധ പിടിച്ചുപറ്റി. അതോടൊപ്പം അവളുടെ ആകാംക്ഷയും. "യെസ് അപ്പൂപ്പാ, അത് അവിടെയുള്ള കൊക്കൊ മരത്തിൽനിന്ന് എടുക്കുന്ന കൊക്കൊകായ്കൾ ആണെന്ന് അപ്പൂപ്പൻ പറഞ്ഞായിരുന്നല്ലോ?" അതു പറയുമ്പോൾ കൊക്കൊ മരവും പാകമായ കൊക്കൊ കായ്കൾ മുറ്റത്ത് കൂട്ടിയിട്ടിരിക്കുന്നതും അവളുടെ മനസ്സിൽ തെളിഞ്ഞു. "അതെ, ദിച്ചുമോന് ഓർമ്മയുണ്ടല്ലോ. അതാണ് നമുക്ക് ചോക്ലേറ്റു തരുന്ന കൊക്കൊ മരം. ഈ ചോക്ലേറ്റു മരമുള്ളതുകൊണ്ടാണ് നമുക്ക് സ്വാദിഷ്ടമായ ചോക്ലേറ്റ് തിന്നാൻ സാധിക്കുന്നത്."

ദിച്ചുമോനും താടിയപ്പൂപ്പനും രണ്ടാമത്തെ ചോക്ലേറ്റ് എടുത്ത് പൊതിഞ്ഞിരിക്കുന്ന പേപ്പർ മാറ്റി. അപ്പോൾ രണ്ടുപേരും ഒരു കള്ളച്ചിരിയോടെ മുഖാമുഖം നോക്കി. "ചോക്ലേറ്റു നുണയു

മ്പോൾ അതിന്റെ സ്വാദ് പ്രത്യേകം ശ്രദ്ധിക്കണം നല്ല സ്വാദും മണവുമൊക്കെ മനസ്സിലാകുന്നുണ്ടല്ലോ." അപ്പൂപ്പൻ വീണ്ടും അവളുടെ മനസ്സിനെ ചോക്ലേറ്റു മരത്തിൽ കയറ്റി. "ശരിയാണ്, പക്ഷേ, കൊക്കൊ മരത്തിൽനിന്ന് എങ്ങനെയാണ് ചോക്ലേറ്റു കിട്ടുന്നതെന്ന് പറഞ്ഞില്ലല്ലോ? അന്ന് നമ്മൾ കണ്ട കൊക്കോ മരത്തെയല്ലേ ചോക്ലേറ്റ് മരമെന്ന് അപ്പൂപ്പൻ പറഞ്ഞത്." അറി യാനുള്ള ദിച്ചുമോന്റെ ആകാംക്ഷ വർദ്ധിച്ചു. "എന്താ ഇത്ര സംശ യം. ആ മരത്തിൽ നിന്നാണ് ചോക്ലേറ്റുണ്ടാക്കുവാനുള്ള പ്രധാന ചേരുവ കിട്ടുന്നത്." അതായിരുന്നു ആദ്യത്തെ സംശയത്തിനുള്ള അപ്പൂപ്പന്റെ മറുപടി. "ചോക്ലേറ്റുണ്ടാക്കുന്നതെങ്ങനെയാണെന്ന് പറഞ്ഞിട്ടേ ഇനിയും ബാക്കി എന്തു കാര്യത്തിനും പോവുക യുള്ളൂ. ശ്രദ്ധിച്ചു കേക്കണം." ചോക്ലേറ്റുണ്ടാക്കുന്ന വിധം ലളി തമായും പടിപടിയായും താടിയപ്പൂപ്പൻ വിശദീകരിച്ചു.

"നരേന്ദ്രനപ്പൂപ്പന്റെ വീട്ടിൽ നമ്മൾ പോയപ്പോൾ പാകമായ കൊക്കൊ കായ്കൾ മുറ്റത്ത് കൂട്ടിയിട്ടിരിക്കുന്നത് കണ്ടല്ലോ? ഈ കായ്കൾക്കുള്ളിൽ വിത്തുകളുണ്ട്. കൊക്കൊയുടെ വിത്തു കൾക്ക് ബീൻസ് എന്നാണ് പറയുന്നത്. പാകമായ കായ്കൾ പൊട്ടിച്ച് ബീൻസ് പുറത്തെടുക്കുന്നു. ബീൻസിനെ പൊതിഞ്ഞ് വഴുവഴുപ്പുള്ള 'പൾപ്പ്' എന്ന ആവരണമുണ്ട്." അത് ദിച്ചുമോന് ശരിക്കും മനസ്സിലായില്ലെന്ന് അവളുടെ മുഖം കണ്ടപ്പോൾ താടി യപ്പൂപ്പന് മനസ്സിലായി. അതുകൊണ്ട് അവളുടെ ശ്രദ്ധ സാധാ രണ കാണാറുള്ള കുടംപുളിയിലേക്കു കൊണ്ടുവന്നു. "അമ്മൂമ്മ കുടംപുളി പൊട്ടിച്ച് അതിനകത്തെ വിത്തുകൾ നീക്കം ചെയ്യു ന്നത് മോൾ കണ്ടിട്ടില്ലേ?"

ദിച്ചുമോൻ : ഉണ്ട്. പുളിയുടെ പുറംതോടാണല്ലോ നമ്മൾ ഉണക്കിയെടുത്ത് ഉപയോഗിക്കുന്നത്.

താടിയപ്പൂപ്പൻ: അതെ. പുളിയുടെ വിത്തിനെ പൊതിഞ്ഞ് മധുരവും ചെറിയ പുളിയുമുള്ള സ്വാദിഷ്ടമായ ഒരാവരണം ശ്രദ്ധിച്ചിട്ടില്ലേ? അതാണ് പൾപ്പ്.

ദിച്ചുമോൻ : യെസ്. ഒരു ദിവസം അത് അമ്മൂമ്മ എനിക്ക് തിന്നാൻ തന്നു. നല്ല രുചിയായിരുന്നു.

"അതുപോലെ ഒരു ആവരണം കൊക്കൊ ബീൻസിനുമുണ്ട്." അങ്ങനെ അവളുടെ ശ്രദ്ധ വീണ്ടും കൊക്കൊയിലേക്ക് കൊണ്ടുവന്നു. താടിയപ്പൂപ്പൻ വിശദീകരണം തുടർന്നു.

"പാകമായ കായിൽനിന്നും ബീൻസ് പുറത്തെടുത്തശേഷം പുളിപ്പിക്കാനായി കുട്ടയിലോ തടിപ്പെട്ടിയിലോ നിറച്ച് മൂടി വയ്ക്കുന്നു. ഒരാഴ്ചകൊണ്ട് പുളിപ്പിക്കൽ എന്ന പ്രക്രിയ പൂർത്തിയാകുന്നു. ഈ സമയം പൾപ്പ് കൊഴുത്ത വെള്ളംപോലെ പുറത്തുപോകുന്നു. അതിനു ശേഷം ബീൻസ് പുറത്തെടുത്ത് വെയിലത്തിട്ട് ഒരാഴ്ചയോളം ഉണക്കുന്നു. മഴക്കാലത്ത് ഡ്രയർ ഉപയോഗിച്ച് ഉണക്കാറുണ്ട്. ഉണങ്ങിയ ബീൻസ് ചോക്ലേറ്റു ഫാക്ടറികളിൽ എത്തിക്കുന്നു.

കംപ്കോ (CAMPCO), കാഡ്ബറീസ്, അമൂൽ മുതലായ ഫാക്ടറികളിലാണ് ഉണങ്ങിയ ബീൻസിൽനിന്നും ചോക്ലേറ്റുണ്ടാക്കുന്നത്. ഉണങ്ങിയ ബീൻസ് നല്ല ചൂടിൽ വറുക്കുന്നതാണ് ആദ്യമായി ഫാക്ടറിയിൽ ചെയ്യുന്നത്. അതിനുശേഷം പുറമെയുള്ള കട്ടികുറഞ്ഞ തോട് (Shell) നീക്കം ചെയ്തെടുത്ത ബീൻസ് നല്ലതുപോലെ അരച്ച് കുഴമ്പു പരുവത്തിലാക്കുന്നു.

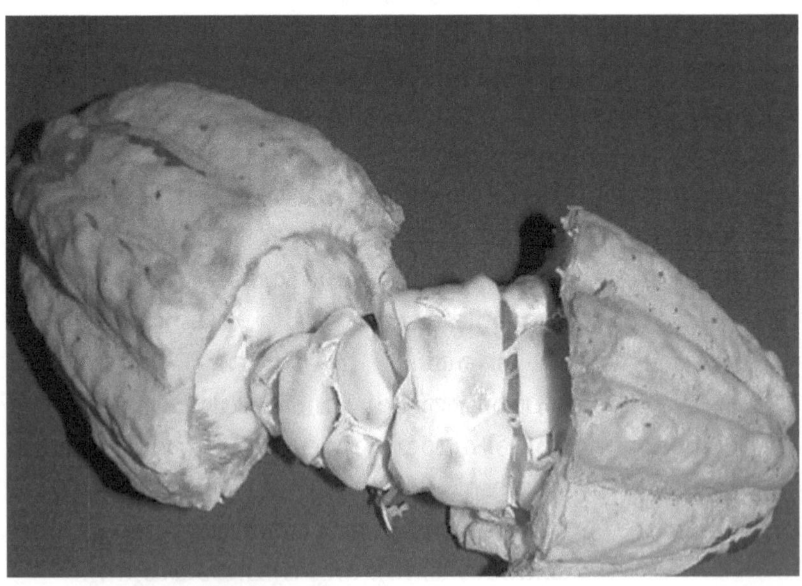

ഇങ്ങനെ അരച്ചെടുത്ത ബീൻസ് വലിയ ചൂടിൽ മെഷീന്റെ സഹായത്താൽ അമർത്തി അതിലെ കൊഴുപ്പ് (Cocoa butter) പുറത്തെടുക്കുന്നു. കൊഴുപ്പ് നീക്കം ചെയ്യുമ്പോൾ അരച്ചെടുത്ത ബീൻസ് കട്ടപോലെയാകുന്നു. ഇതിനെ കേക്ക് എന്നാണ് പറയുന്നത്. കേക്ക് പൊടിച്ചെടുത്താണ് കൊക്കൊ പൗഡർ ഉണ്ടാക്കുന്നത്. ഇതാണ് പാലിലും മറ്റും ചേർത്ത് നമ്മൾ രുചിയോടെ കുടിക്കുന്നത്. ബീൻസിൽനിന്നും തയ്യാറാക്കിയ കേക്കും കുറച്ച് കൊക്കൊബട്ടറും പഞ്ചസാരയും ചേർത്താണ് ചോക്ലേറ്റുണ്ടാക്കുന്നത്. ഇങ്ങനെ ചോക്ലേറ്റുണ്ടാക്കുമ്പോൾ അതിൽ പാലും മറ്റ് പലതും ചേർത്ത് രുചി വർദ്ധിപ്പിക്കുകയും വിവിധയിനം ചോക്ലേറ്റുകളുണ്ടാക്കുകയും ചെയ്യുന്നു."

"ചോക്ലേറ്റു മരമായ കൊക്കോയുടെ കായ്കളിൽനിന്ന് ചോക്ലേറ്റുണ്ടാക്കുന്നതെങ്ങനെയാണെന്ന് ഒരു ഏകദേശ രൂപം കിട്ടിയില്ലേ." ദീർഘശ്വാസം വിട്ടുകൊണ്ട് ദിച്ചുമോനെ നോക്കുമ്പോൾ താടിയപ്പൂപ്പന്റെ മുഖത്ത് സംതൃപ്തിയുടെ ഒരുപുഞ്ചിരിയുണ്ടായിരുന്നു.

"എന്താണ് മോൾ ഇത്ര കാര്യമായി ആലോചിക്കുന്നത്." എന്തൊക്കെയോ സംശയങ്ങൾ അവളുടെ മനസ്സിൽ പൊന്തിവരുന്നുണ്ടെന്ന് മുഖഭാവത്തിൽ നിന്നു താടിയപ്പൂപ്പൻ മനസ്സിലാക്കി. "അപ്പൂപ്പാ, അപ്പൂപ്പൻ പറഞ്ഞപോലെ ഉണങ്ങിയ ബീൻസ് അരച്ചെടുത്ത് നമുക്ക് വീട്ടിൽ ചോക്ലേറ്റുണ്ടാക്കാമോ? അങ്ങനെയാണെങ്കിൽ നമുക്കും കുറച്ചു ചോക്ലേറ്റു മരങ്ങൾ വെച്ചുപിടിപ്പിച്ചാൽ വീട്ടിൽത്തന്നെ ചോക്ലേറ്റുണ്ടാക്കാമല്ലോ? ഇഷ്ടം പോലെ തിന്നുകയും ചെയ്യാം." കാര്യം മനസ്സിലാക്കിയ താടിയപ്പൂപ്പനിൽനിന്നും അനുകൂലമായ മറുപടി തന്നെ ലഭിച്ചു. "പിന്നെന്താ, ഇപ്പോൾ അതിനുള്ള സാങ്കേതികവിദ്യയും വികസിപ്പിച്ചെടുത്തിട്ടുണ്ട്. ചെറിയ കുടിൽ വ്യവസായംപോലെ ചിലർ ചെയ്യുന്നുമുണ്ട്. "ശരിയപ്പൂപ്പാ" എന്നാൽ ഈ വിദ്യ പഠിക്കാൻ അമ്മയോടു പറയണം. എനിക്കു വിശക്കുന്നു. അപ്പൂപ്പനും വരൂ. നമുക്ക് വല്ലതും കഴിക്കാം."

ത്രീ-ഇൻ-വൺ

കൂടജാദ്രി സെന്ററൽ സ്കൂൾ എന്ന് പേരുകേട്ട ഇംഗ്ലീഷ് മീഡിയം സ്കൂളിലാണ് ദിച്ചുമോൻ പഠിക്കുന്നത്. ഇവിടെ എൽ കെ ജി മുതൽ 12-ാം ക്ലാസു വരെ ധാരാളം കുട്ടികൾ പഠിക്കുന്നുണ്ട്. നല്ല അദ്ധ്യാപനം. അച്ചടക്കത്തിലും കൃത്യനിഷ്ഠയിലും മുൻപന്തിയിൽ. അത്യാധുനിക സൗകര്യങ്ങളും പൂന്തോട്ടവും കളിസ്ഥലങ്ങളും എല്ലാം ഇതുപോലെ ഒത്തുചേർന്നയിടം ഇവിടെ അടുത്തെങ്ങുമില്ല. വിദ്യാസമ്പന്നരും പരിചയസമ്പന്നരുമായ അദ്ധ്യാപകരുടെ സ്നേഹാദരങ്ങളോടു കൂടിയ പെരുമാറ്റവും ഗുരു ശിഷ്യബന്ധവും എടുത്തുപറയാതിരിക്കാൻ പറ്റത്തില്ല. ഇതെല്ലാമാണ്, ഇവിടെ പഠിക്കുന്ന കുട്ടികളുടെ മാതാപിതാക്കളും കക്ഷി രാഷ്ട്രീയ ഭേദമെന്യേ പ്രദേശവാസികളും എല്ലാവരോടും പറയുന്നത്.

കുടജാദ്രിയിലെ 6-ാം ക്ലാസിലെ 'സി' ഡിവിഷനിലാണ് ദിച്ചുമോൻ പഠിക്കുന്നത്. പഠനത്തിൽ മാത്രമല്ല, കലാപരിപാടികളിലും സ്പോർട്സിലും മറ്റ് പല പാഠ്യേതര വിഷയങ്ങളിലും 6 സിയിലെ കുട്ടികൾ സമർത്ഥരാണെന്നാണ് അദ്ധ്യാപകരുടെയും അഭിപ്രായം.

ക്രിസ്തുമസ് പരീക്ഷ കഴിഞ്ഞു അവധി തുടങ്ങുന്നതിനു മുൻപുള്ള അവസാന അദ്ധ്യയന ദിവസം. അന്നൊരു വെള്ളിയാഴ്ചയിരുന്നു. എല്ലാ ക്ലാസിലും സമയത്തുതന്നെ കുട്ടികൾ ഒത്തു

ചേർന്നു. എല്ലാവർക്കും പതിവിലേറെ സന്തോഷം. പരീക്ഷ കഴിഞ്ഞാലുടനെയുള്ള ദിവസങ്ങളിൽ അങ്ങനെയാണല്ലോ? കൃത്യസമയത്തുതന്നെ ഹാജർ പുസ്തകവുമായി ശാലിനി ടീച്ചർ 6 സിയിൽ എത്തി. കുട്ടികളെല്ലാം എഴുന്നേറ്റുനിന്ന് ഗുഡ്മോണിങ് ടീച്ചർ എന്ന് ഉച്ചത്തിൽ പറഞ്ഞപ്പോൾ ടീച്ചറുടെ മുഖത്ത് അവാച്യമായ ഒരു സന്തോഷം പ്രകടമായിരുന്നു. ടീച്ചർ : "ഗുഡ്മോണിങ്, പ്ലീസ് സിറ്റ് ഡൗൺ" ശാലിനി ടീച്ചർ ഹാജർ വിളിച്ചു. ഹാജർ പുസ്തകം മടക്കിവെച്ച് മേശയുടെ മുൻപിൽ ചാരി നിന്നുകൊണ്ട് കുട്ടികളെയെല്ലാം വീക്ഷിച്ചു.

"എന്താണ് എല്ലാവരുടെയും മുഖത്ത് എന്നുമില്ലാത്തപോലെ ഒരുപുഞ്ചിരിയും പ്രത്യേക സന്തോഷവും? നാളെ മുതൽ അവധി തുടങ്ങുകയാണല്ലോ; അല്ലേ?" ടീച്ചറുടെ കുശലാന്വേഷണങ്ങൾ അങ്ങനെ നീണ്ടുപോയി. കുട്ടികൾ തമ്മിൽത്തമ്മിൽ സംസാരം തുടങ്ങി. "എല്ലാവരും സംസാരം നിർത്തിയിട്ട് ഇങ്ങോട്ടു ശ്രദ്ധിക്കൂ. നിങ്ങളുടെ ഇപ്പോഴത്തെ സന്തോഷം ഇരട്ടിയാകുന്ന ഒരു കാര്യമാണ് ഞാൻ പറയാൻ പോകുന്നത്." ഗൗരവത്തോടെയാണ് ടീച്ചർ പറഞ്ഞതെങ്കിലും മുഖത്തെ സന്തോഷത്തിന് ഒട്ടും കുറവുണ്ടായിരുന്നില്ല. ടീച്ചർ പറയാൻ പോകുന്ന സന്തോഷ വാർത്ത കേൾക്കാൻ എല്ലാവരും കാതുകൂർപ്പിച്ചിരുന്നു. അടുത്ത തിങ്കളാഴ്ച നമ്മൾ എല്ലാവരും കൂടി ഒരു പഠനയാത്രയ്ക്ക് പോകുന്നു, തിരുവനന്തപുരത്തേക്ക്. അതുകേട്ടപ്പോൾ കുട്ടികളെല്ലാം സന്തോഷം കൊണ്ട് തുള്ളിച്ചാടി. സംസാരം ഉച്ചത്തിലായി. ടീച്ചർ: "സയലൻസ്, സയലൻസ്"

തിരുവനന്തപുരത്ത് പ്രധാനമായും കാണാനുള്ളത് എന്തെല്ലാമാണെന്ന് കുട്ടികളോട് ഓരോരുത്തരോടായി ശാലിനി ടീച്ചർ ചോദിച്ചു.

അനഘ : ശ്രീ പത്മനാഭസ്വാമിക്ഷേത്രം

ദിവ്യജ്യോതി : മൃഗശാല

'ഉം' ടീച്ചറൊന്ന് നീട്ടി മൂളി. ദിവ്യ ഒരു മൃഗസ്നേഹിയാണെന്ന് അവളുടെ കൂട്ടുകാർക്കു മാത്രമല്ല ടീച്ചർക്കും അറിയാം. "സസ്യങ്ങളും വളരെ പ്രധാനമാണ്. അവയില്ലെങ്കിൽ മൃഗങ്ങളും

നമ്മളും ഒന്നും കാണത്തില്ല." എല്ലാവരോടുമായിട്ടാണ് ടീച്ചർ പറഞ്ഞത്.

ടീച്ചർ : ശരി, അടുത്തയാൾ പറയണം.

ശ്രീലക്ഷ്മി : നിയമസഭ, പാളയം പള്ളി.

ടീച്ചർ : ഇനിയും ആൺകുട്ടികൾ ഓരോരുത്തരായി പറയണം.

രാമപ്രസാദ് : മ്യൂസിയം, കനകക്കുന്ന് പാലസ്

ഷംസുദീൻ : ആറ്റുകാൽ ഭഗവതി ക്ഷേത്രം, സെക്രട്ടേറിയറ്റ്

ആകാശ് : വേളി തടാകം.

ജോൺസൺ: പത്മനാഭപുരം കൊട്ടാരം, പ്രിയദർശിനി പ്ലാനറ്റോറിയം.

ഇതെല്ലാം മിക്കവാറും എല്ലാ കുട്ടികളും കണ്ടിട്ടുള്ളതാണെന്ന് എനിക്കറിയാമെന്ന് ചിരിച്ചുകൊണ്ട് ശാലിനി ടീച്ചർ പറഞ്ഞു. "നിങ്ങൾ പറഞ്ഞതിൽ ചില പ്രധാനപ്പെട്ട സ്ഥലങ്ങളിൽ സമയം കിട്ടിയാൽ നമ്മൾ പോകാൻ ശ്രമിക്കും. പക്ഷേ, അത് ഉച്ചയൂണിനുശേഷമായിരിക്കും. തിരുവനന്തപുരത്തുനിന്നും 32 കി മീറ്റർ അകലെയുള്ള പാലോട് എന്ന സ്ഥലത്തേക്കായിരിക്കും നമ്മൾ ആദ്യം പോകുന്നത്. എന്തുകൊണ്ടാണ് പാലോട് എന്ന സ്ഥലത്തേക്ക് പോകുന്നതെന്ന് അറിയേണ്ടേ?" കുട്ടികളുടെയെല്ലാം ആകാംക്ഷ നിറഞ്ഞ മുഖത്തേക്ക് നോക്കിയശേഷം ടീച്ചർ പ്രധാന കാര്യത്തിലേക്ക് കടന്നു. "പാലോട് എന്ന സ്ഥലത്താണ് വിശ്വവിഖ്യാതമായ ജവഹർലാൽ നെഹ്റു ട്രോപ്പിക്കൽ ബൊട്ടാണിക്കൽ ഗാർഡനും റിസേർച്ച് ഇൻസ്റ്റിറ്റ്യൂട്ടും സ്ഥിതി ചെയ്യുന്നത്. ഈ സ്ഥാപനത്തിന്റെ ചുരുക്കപ്പേര് JNTBGRI എന്നാണെങ്കിലും TBGRI എന്ന പേരാണ് പൊതുവെ എല്ലാവരും പറയുന്നത്." ആ സ്ഥാപനത്തിന്റെ പേര് ബോർഡിൽ എഴുതിയശേഷം അത് എല്ലാവരും നോട്ടുബുക്കിൽ എഴുതുവാൻ ടീച്ചർ പറഞ്ഞു.

കുട്ടികളെല്ലാം ശ്രദ്ധിക്കുന്നുണ്ടെന്ന് കണ്ട ടീച്ചർ ടി ബി ജി ആർ ഐയെക്കുറിച്ച് കൂടുതൽ പറയാൻ തുടങ്ങി. "ഈ സ്ഥാപനം നൂതന സാങ്കേതിക വിദ്യകൾ അവലംബിച്ചുകൊണ്ട്

വലിയ പൂന്തോട്ടവും അത്യപൂർവ്വ സസ്യങ്ങളും സംരക്ഷിച്ചു വരുന്നു. വിലമതിക്കാനാവാത്ത പല സസ്യങ്ങളുടെയും ഒരു കലവറയാണ് ഈ സ്ഥാപനത്തിലുള്ളത്. ധാരാളം ചെടികൾ കാണുന്നതിനും അവയെപ്പറ്റി കൂടുതൽ മനസ്സിലാക്കുന്നതിനുമുള്ള ഒരു അസുലഭ അവസരമാണ് നിങ്ങൾക്ക് കൈവന്നിരിക്കുന്നത്. അതുമാത്രമല്ല, സസ്യശാസ്ത്രത്തിലെ വിവിധ വിഷയങ്ങളെക്കുറിച്ച് ഗവേഷണം നടത്തുന്നതും അതിൽ ഏർപ്പെട്ടിരിക്കുന്ന ശാസ്ത്രജ്ഞന്മാരെയും നിങ്ങൾക്ക് കാണാം." ഇതൊക്കെയാണ് പഠനയാത്രയുടെ മുഖവുരയായി ടീച്ചർ പറഞ്ഞത്. അന്ന് വൈകിട്ട് വളരെ സന്തോഷത്തോടെയാണ് കുട്ടികളെല്ലാം വീട്ടിൽ എത്തിയത്.

തിങ്കളാഴ്ച. ഇന്നാണ് പഠനയാത്ര പോകുന്നത്. അച്ഛനമ്മമാരെല്ലാം കുട്ടികളുമായി അതിരാവിലെതന്നെ സ്കൂൾ അങ്കണത്തിൽ എത്തി. താടിയപ്പൂപ്പന്റെ കൂടെയാണ് ദിച്ചുമോൻ സ്കൂളിൽ എത്തിയത്. ശാലിനി ടീച്ചർ പറഞ്ഞതനുസരിച്ച്, പഠനയാത്രയിൽ കിട്ടുന്ന പ്രധാനപ്പെട്ട അറിവുകളും മറ്റും രേഖപ്പെടുത്തുന്നതിനായി ചെറിയ നോട്ടുപുസ്തകവും പേനയും എല്ലാ കുട്ടികളുടെ കൈയിലുമുണ്ടായിരുന്നു. ടീച്ചർ കൊടുത്ത ലിസ്റ്റുപ്രകാരം വാട്ടർ ബോട്ടിലും മറ്റു പതിവു സാധനങ്ങളുമടങ്ങിയ ബാഗുമായി കുട്ടികൾ ഓരോരുത്തരായി ബസിൽ കയറി. ശാലിനി ടീച്ചറെ സഹായിക്കാനെത്തിയ സോണി ടീച്ചർ കുട്ടികളുടെ പേരും മറ്റും അടങ്ങിയ ലിസ്റ്റിൽ ഓരോ കുട്ടി കയറുമ്പോഴും ' ' എന്ന് രേഖപ്പെടുത്തുന്നുണ്ടായിരുന്നു. കുട്ടികളെല്ലാവരും കയറിയശേഷം ശാലിനി ടീച്ചറും സോണി ടീച്ചറും ബസിനുള്ളിൽ കയറി.

പഠനയാത്രയ്ക്ക് ബസ് പുറപ്പെടാറായി. "ദിവ്യാ" സോണി ടീച്ചർ നീട്ടി വിളിച്ചു. "ഇനിയും ഞാൻ പറയാൻപോകുന്നത് കുട്ടി ശ്രദ്ധിച്ചു കേൾക്കണം. കുട്ടിയല്ലേ ക്ലാസ് ലീഡർ. ബസിലുള്ള എല്ലാവരുടേയും പേര് ഒരു ബുക്കിൽ എഴുതണം. മാത്രമല്ല എല്ലാ കാര്യത്തിലും ഒരു ശ്രദ്ധവേണം. ആർക്കെങ്കിലും എന്തെങ്കിലും ബുദ്ധിമുട്ടുണ്ടായാൽ ഉടൻ തന്നെ എന്നെയോ ശാലിനി ടീച്ചറെയോ അറിയിക്കണം." കുട്ടികളിൽ പ്രധാനി താനാ

ണെന്ന ഭാവത്തിൽ ദിച്ചുമോൻ ടീച്ചറന്മാരുടെ മുഖത്തേക്ക് നോക്കി, 'യെസ് ടീച്ചർ' എന്നുപറഞ്ഞു. അല്പസമയം കഴിഞ്ഞപ്പോൾ ബസ് പുറപ്പെട്ടു.

രാവിലെ പത്തുമണിക്കുതന്നെ പാലോടുള്ള ടി ബി ജി ആർ ഐ യിൽ എത്തി. കുടജാദ്രിയിലെ പ്രിൻസിപ്പൽ നേരത്തെ അറിയിച്ചിരുന്നതുകൊണ്ട് കുട്ടികൾക്ക് കാര്യങ്ങൾ എല്ലാം വിശദീകരിച്ചുകൊടുക്കാൻ ഗവേഷണ സ്ഥാപനത്തിലെ സാങ്കേതിക വിദഗ്ദ്ധൻ ഡോ. കോശിയെ ചുമതലപ്പെടുത്തിയിരുന്നു.

ടി ബി ജി ആർ ഐയിലെ വിവിധ വിഭാഗങ്ങളുടെ പരീക്ഷണശാലകളിൽ ശാസ്ത്രജ്ഞന്മാർ ഗവേഷണ സംബന്ധമായ പല പരീക്ഷണങ്ങൾ നടത്തുന്നത് വരാന്തയിൽ നിന്നുകൊണ്ട് കുട്ടികൾ കൗതുകത്തോടെ നോക്കിക്കണ്ടു. അത് അവർക്കൊരു പുതിയ അനുഭവമായിരുന്നു. അതിനുശേഷം ഡോ. കോശിയുടെ നിർദ്ദേശപ്രകാരം, അവിടെ സംരക്ഷിച്ചുവരുന്ന വിവിധ ഇനം സസ്യങ്ങൾ കാണുന്നതിനായി കുട്ടികൾ വരിവരിയായി നടന്നു നീങ്ങി. വിവിധയിനം ഔഷധച്ചെടികൾ ഉൾപ്പെടെ അപൂർവ്വങ്ങളായ അനേകം സസ്യങ്ങൾ കാണാൻ കഴിഞ്ഞതിൽ കുട്ടികൾക്കു മാത്രമല്ല ടീച്ചർമാർക്കും വലിയ സന്തോഷമായി. ഡോ. കോശി സാറിന്റെ വിവരണവും കൂടിയായപ്പോൾ അതൊരു നല്ല പഠന യാത്രയായി എല്ലാവർക്കും അനുഭവപ്പെട്ടു.

ടി ബി ജി ആർ ഐയിലെ പ്രധാനപ്പെട്ട മിക്കവാറും എല്ലാ കാര്യങ്ങളും കണ്ടതിനുശേഷം കുട്ടികൾ എല്ലാവരുംകൂടി ഒരു മരത്തണലിലിരുന്ന് ലഘുഭക്ഷണം കഴിക്കാൻ തുടങ്ങി. കുട്ടികളെ നോക്കി ചിരിച്ചുകൊണ്ട് കോശിസാർ പറഞ്ഞു. സ്കൂൾ കുട്ടികളായ നിങ്ങൾക്ക് മനസ്സിലാകുന്ന ലളിതമായ കാര്യങ്ങളാണ് ഞാൻ പറഞ്ഞു തന്നത്. ഇനിയും നിങ്ങൾക്ക് എന്തെങ്കിലും സംശയമുണ്ടെങ്കിൽ ചോദിക്കാം.

മിക്കവാറും കുട്ടികൾക്ക് പ്രത്യേകിച്ചും രാമപ്രസാദിനും ദിവ്യക്കും അനഘയ്ക്കും കൂടുതൽ ഇഷ്ടമായത് അന്തരീക്ഷമലിനീകരണം കുറയ്ക്കുന്ന സസ്യങ്ങളെയാണ്. അതിനു കാരണമുണ്ട്. ഇതേക്കുറിച്ച് അവരുടെ സയൻസ് പുസ്തകത്തിൽ

ഒരു പാഠമുണ്ട്. എന്തു സംശയം ചോദിക്കണമെന്നു വിചാരിച്ചുകൊണ്ട് കുട്ടികൾ അന്യോന്യം നോക്കിക്കൊണ്ടിരുന്നപ്പോൾ രാമപ്രസാദിന്റെ മനസ്സിൽ ഒരു പൊതുവായ സംശയം ഉടലെടുത്തു. "സാർ, അന്തരീക്ഷവായു ശുദ്ധീകരിക്കുന്ന ചെടികളെക്കുറിച്ച് അല്പം കൂടി വിശദീകരിക്കാമോ?" "പിന്നെന്താ എല്ലാവരും ശ്രദ്ധിച്ചിരിക്കണം." കിട്ടിയ അവസരം പാഴാക്കാതെ കോശിസാർ വാചാലനായി.

"അന്തരീക്ഷമലിനീകരണം നിയന്ത്രിക്കുകയെന്നത്, കുട്ടികളെന്നല്ല എല്ലാവരും അറിഞ്ഞിരിക്കേണ്ട കാര്യമാണ്. ഒരു സാധാരണ വീട്ടിനുള്ളിലെ വായുമലിനീകരണത്തെക്കുറിച്ച് നിങ്ങൾക്കറിയാമോ? അല്പസമയം മൗനം പാലിച്ച് കുട്ടികളെല്ലാവരും ഒരേ സ്വരത്തിൽ പറഞ്ഞു. "ഇല്ല സർ." "എന്നാൽ കേട്ടോളൂ." ഒരു അദ്ധ്യാപകനെപ്പോലെ ഡോ. കോശി വിശദീകരണം തുടർന്നു. "പുറമേയുള്ളതിനേക്കാൾ അഞ്ചിരട്ടി കൂടുതലാണ് ഒരു സാധാരണ വീട്ടിനുള്ളിലെ വായുമലിനീകരണം. അതുകൊണ്ട് നമ്മുടെ വീടുകളിലും സ്കൂളുകളിലും ഓഫീസിലും മറ്റ് എല്ലാ സ്ഥാപനങ്ങളിലും വായു ശുദ്ധീകരണശേഷിയുള്ള ചെടികൾക്ക് വലിയ പ്രാധാന്യമുണ്ട്." അത്രയും പറഞ്ഞിട്ട് കോശിസാർ കുട്ടികളുടെ പ്രതികരണത്തിനായി അവരെ ഓരോരുത്തരെയായി മാറിമാറി നോക്കി. അപ്പോഴാണ് നിശ്ശബ്ദതയെ ഭഞ്ജിച്ചുകൊണ്ട് ജോൺസൺ എന്ന വിദ്യാർത്ഥിയുടെ ചോദ്യം. "അന്തരീക്ഷ വായു ശുദ്ധീകരിക്കാൻ കഴിവുള്ള പ്രധാന ചെടികൾ ഏതെല്ലാമാണ്, സാർ." ഈ ചോദ്യം പ്രതീക്ഷിച്ചിരുന്നപോലെ ഡോ. കോശി വിശദീകരിക്കാൻ തുടങ്ങി. "ധാരാളം ചെടികൾക്ക് വായു ശുദ്ധീകരിക്കാനുള്ള ശേഷിയുണ്ടെന്ന് ഞാൻ നേരത്തെ പറഞ്ഞല്ലോ. എങ്കിലും നിങ്ങൾക്ക് അറിയാൻ സാദ്ധ്യതയുള്ള ഏതാനും ചെടികളുടെ പേരു പറയാം. "കറ്റാർവാഴ (Aloe vera), ജമന്തി (Chrysanthemum), ചിലന്തിച്ചെടി (Spider plant), മണിപ്ലാന്റ് (Money plant), പീസ് ലില്ലി (Peace lily) കുഞ്ഞൻ (ഭാഗ്യ)മുള (Bamboo palm) എന്നിവ വായു ശുദ്ധീകരിക്കാൻ കഴിവുള്ള ഏതാനും ചെടികളാണ്. ഞാൻ

പറഞ്ഞ പല മലയാളം പേരുകളും ഈ നാട്ടിൽ പറയുന്നതാണ്. അതുകൊണ്ടാണ് ഇംഗ്ലീഷ് പേരുകൂടി പറഞ്ഞുതന്നത്."

ഡോ. കോശി ചുറ്റും കണ്ണോടിച്ചിട്ട്. "ഡിയർ സ്റ്റുഡന്റ്സ്" എന്ന് അഭിസംബോധന ചെയ്തുകൊണ്ട് ഒരുവശത്തേക്ക് കൈചൂണ്ടി കാണിച്ചു. "ദാ, അവിടെ വരിവരിയായി നട്ടിരിക്കുന്ന ചെടികൾ നിങ്ങൾ ശ്രദ്ധിച്ചില്ലേ? എല്ലാവരുടെ ശ്രദ്ധ ആ ചെടികളിലായി. അവർ അടുത്തുചെന്ന് വളരെ ആകാംക്ഷയോടെ ആ ചെടിയെ നിരീക്ഷിച്ചു.

കടും പച്ചനിറത്തിൽ ഭംഗിയുള്ള ഇലകളുടെ ഇടയിൽ നീണ്ട പച്ച തണ്ടിൽ (Stalk) വിടർന്നു നില്ക്കുന്ന തൂവെള്ള പൂക്കളുള്ള ധാരാളം ചെടികൾ കണ്ടപ്പോൾ കുട്ടികൾക്കെല്ലാം സന്തോഷമായി. അവർ ഒരേ സ്വരത്തിൽ പറഞ്ഞു: "ഹായ്, എന്തൊരു ഭംഗി" പക്ഷേ, അവരെല്ലാം മറ്റൊരു കാര്യം കൂടി ശ്രദ്ധിച്ചു. പൂവിന്റെ മദ്ധ്യഭാഗത്തായി നേരെ മുകളിലേക്ക് ചെറിയ പെൻസിൽപോലെ നീണ്ടു നില്ക്കുന്ന തിരിയിൽ നിറയെ ഒരുതരം ഈച്ചകൾ കൂട്ടമായി പറ്റിപ്പിടിച്ചിരിക്കുന്നു. "സർ, ഈ ഭംഗി

യുള്ള പൂക്കളുടെയെല്ലാം തിരിയിൽ നിറയെ ഒരുതരം ഈച്ച കൾ കൂട്ടംകൂടിയിരിക്കുന്നല്ലോ? അത് എന്തുതരം ഈച്ചയാണ് സാർ?" അനഘയുടെ ഈ അതിശയോക്തി കലർന്ന ചോദ്യമാ യിരുന്നു എല്ലാവരുടെയും മനസ്സിൽ. അപ്പോഴാണ് ശാലിനി ടീച്ചർ പറഞ്ഞത്: "എന്റെ മനസ്സിലും ഇതുതന്നെയായിരുന്നു. ഞാൻ കോശി സാറിനോട് ഇതേപ്പറ്റി ചോദിക്കാൻ തുടങ്ങുകയായിരു ന്നു." ഓരോ കാര്യങ്ങളും അറിയാനുള്ള അവരുടെയെല്ലാം ആകാംക്ഷ ഡോ. കോശിക്ക് സന്തോഷം നല്കി. അദ്ദേഹം അവ

രുടെ നിരീക്ഷണ പാടവത്തെ അഭിനന്ദിച്ചുകൊണ്ട് പറഞ്ഞു. “പ്രകൃതിയിൽ നമ്മുടെ ചുറ്റുപാടും കാണുന്ന ഇങ്ങനെയുള്ള കാര്യങ്ങൾ നിസ്സാരമായി തള്ളിക്കളയാതെ ശ്രദ്ധയോടെ നിരീക്ഷിക്കുകയും അതേപ്പറ്റി ചിന്തിക്കുകയും ചെയ്യണം. നിരീക്ഷണം എന്നത് ഒരു ശാസ്ത്രജ്ഞനു വേണ്ട അടിസ്ഥാന ഗുണങ്ങളിൽ വളരെ പ്രധാനപ്പെട്ട ഒന്നാണ്. നിങ്ങൾ പഠിച്ചുകൊണ്ടിരിക്കുമ്പോൾത്തന്നെ ഇത് ഒരുശീലമാക്കുന്നത് ഭാവിയിൽ വലിയ ഗുണം ചെയ്യും. വായു മലിനീകരണ നിയന്ത്രണത്തിൽ വളരെ പ്രാധാന്യമർഹിക്കുന്ന ഒരു ചെടിയാണ് നിങ്ങൾ കണ്ടുകൊണ്ടിരിക്കുന്നത്. ഇതേക്കുറിച്ച് പ്രധാനപ്പെട്ട ചില വിവരങ്ങൾ പറഞ്ഞുതരാം.

Peace lily എന്ന ഇംഗ്ലീഷ് പേരിൽ അറിയപ്പെടുന്ന ഈ ചെടിയുടെ ശാസ്ത്രനാമം Spathiphyllum എന്നാണ്. വേണമെങ്കിൽ നമുക്ക് ശുദ്ധി ലില്ലിയെന്നോ ഗുണലില്ലിയെന്നോ മറ്റോ പേരിടാം. ഇത് തണലത്ത് നന്നായി വളരുന്നു. ചുവട്ടിൽനിന്ന് ധാരാളം ചിനപ്പുകളുണ്ടാകുന്നതു കൊണ്ട് പീസ് ലില്ലി നട്ടുവളർത്താൻ വളരെ എളുപ്പമാണ്. ഇതിന് പ്രത്യേക പരിചരണമൊന്നും ആവശ്യമില്ലാത്തതുകൊണ്ട് കുട്ടികൾക്കുപോലും വീട്ടിലും സ്കൂളിലും മറ്റും നട്ടുവളർത്താൻ ഒരുപ്രയാസവുമില്ല. നേരിട്ട് വെയിൽ ഏല്ക്കാത്തിടത്ത് നടണം. അധികമായ നനയും ആവശ്യമില്ല. വീടുകൾക്കും വിദ്യാലയങ്ങൾക്കും മാത്രമല്ല ഓഫീസുകൾ, ഫാക്ടറികൾ തുടങ്ങി വിവിധ സ്ഥാപങ്ങൾക്കും മാറ്റ് കൂട്ടുന്ന ആകർഷണീയമായ പീസ് ലില്ലി വായു ശുദ്ധീകരണത്തിലും ഒരു വലിയ പങ്കുവഹിക്കുന്നു. അന്തരീക്ഷവായുവിലെ ബൻസീൽ, ഫോർമാൽഡിഹൈഡ്, ട്രൈക്ലോറോ എതിലിൻ മുതലായ മാലിന്യങ്ങളെ നീക്കം ചെയ്യാനുള്ള പീസ് ലില്ലിയുടെ കഴിവ് പ്രസിദ്ധമാണ്. പൂർണ്ണവളർച്ചയെത്തിയ ഒരു പീസ് ലില്ലിക്ക് 10 സ്ക്വയർ മീറ്ററിലെ വായു ശുദ്ധീകരിക്കാൻ കഴിവുണ്ടെന്ന് കണക്കാക്കിയിരിക്കുന്നു.”

കോശി സാറിന്റെ പഠനക്ലാസിൽ എല്ലാവരും രസിച്ചിരിക്കുകയായിരുന്നു. എന്തോ പെട്ടെന്ന് ഓർത്തപോലെ കുട്ടികളെ

നോക്കികൊണ്ട് അദ്ദേഹം പറഞ്ഞു. "നിങ്ങളുടെ ഒരു പ്രധാന സംശയം ഈ ചെടിയുടെ പൂവിന്റെ മദ്ധ്യഭാഗത്തുള്ള തിരിയിൽ കൂട്ടമായി പറ്റിപ്പിടിച്ചിരിക്കുന്ന ഈച്ചയെ കുറിച്ചായിരുന്നല്ലോ! പേര, മാവ് മുതലായ പല കാർഷിക വിളകളുടെയും ശത്രുവായ കായീച്ച എന്ന കീടമാണ് പീസ് ലില്ലിയുടെ പൂമ്പൊടിയുണ്ടാകുന്ന തിരിയിൽ പറ്റിപ്പിടിച്ചിരിക്കുന്നത്. പഴുത്തു പാകമായ മാങ്ങകൾ മുറിക്കുമ്പോൾ അതിനുള്ളിൽ നിറയെ ചെറിയ പുഴുക്കൾ ഉള്ളത് പലപ്പോഴും നിങ്ങൾ കണ്ടിട്ടുണ്ടാകും. നിങ്ങൾ കണ്ട ഈഈച്ചകൾ മുട്ടയിട്ടുണ്ടാകുന്ന പുഴുക്കളാണ് മാങ്ങയ്ക്കുള്ളിൽ കാണുന്നത്. ഈ കായീച്ചകളുടെ ആക്രമണംമൂലം നമുക്ക് ധാരാളം മാങ്ങയും പേരയ്ക്കയും മാത്രമല്ല പല കാർഷികോല്പന്നങ്ങളും നഷ്ടമാകുന്നു. അതുകൊണ്ട്, പലവിളകളുടെയും പ്രധാന ശത്രുവായ കായീച്ചയെ നശിപ്പിക്കാനും പീസ് ലില്ലിയെ ഉപയോഗപ്പെടുത്താം.

അതിരാവിലെതന്നെ കായീച്ചകൾ പീസ് ലില്ലിയുടെ പൂക്കളിൽ എത്തി പൂമ്പൊടി നുകരാൻ തുടങ്ങും. വെയിലുറയ്ക്കുന്നതുവരെ അവ പൂക്കളിൽത്തന്നെ കാണും. ഈ സമയം കായീച്ചകളെ കൂട്ടമായി കെണിയിൽ വീഴ്ത്താം. കായീച്ചകൾ കൂട്ടമായിരിക്കുന്ന പൂക്കളുടെ മുകളിലൂടെ ഒരു പ്ലാസ്റ്റിക് സഞ്ചി സാവധാനം കടത്തി പെട്ടെന്ന് അടച്ച് അവയെ കെണിയിൽ വീഴ്ത്താം. അങ്ങനെ പല ദിവസങ്ങളിലായി പ്ലാസ്റ്റിക് സഞ്ചി കെണിയിൽ വീഴ്ത്തി കായീച്ചകളെ നശിപ്പിച്ച് നമ്മുടെ കാർഷിക വിളകളെ ഇവയുടെ ആക്രമണത്തിൽനിന്നും ഒരു പരിധിവരെ സംരക്ഷിക്കാം. യാതൊരുവിധ കീടനാശിനിയോ രാസവസ്തുക്കളോ ഉപയോഗിക്കാതെ കായീച്ചകളെ നിയന്ത്രിക്കുമെന്നത് വളരെ പ്രാധാന്യമർഹിക്കുന്ന കാര്യമാണ്."

ധാരാളം അറിവുപകരുന്ന രസകരമായ ചർച്ചയായതുകൊണ്ട് സമയം പോയത് ആരും അറിഞ്ഞതേയില്ല. ഉച്ചയൂണിനുള്ള സമയമാകുന്നു. ഡോ. കോശി തന്റെ വിശദീകരണത്തിന്റെ അവസാന ഭാഗത്തിലേക്കു കടന്നു. "ഇത്രയും കാര്യങ്ങൾ പറഞ്ഞതിൽനിന്നും പീസ് ലില്ലിക്ക് പ്രധാനമായും എത്ര ഗുണങ്ങ

ളുണ്ടെന്നാണ് നിങ്ങൾ മനസ്സിലാക്കിയത്." കുട്ടികളിൽ ചിലർ 1, ചിലർ 2 എന്നിങ്ങനെ മറുപടി പറഞ്ഞു. കുട്ടികൾ പറഞ്ഞതിനെ വിമർശിക്കാതെ കോശി സാർ തന്നെ തന്റെ ചോദ്യത്തിനുള്ള ഉത്തരം പറഞ്ഞു. "പീസ് ലില്ലിയെ വേണമെങ്കിൽ നമുക്ക് 3-ഇൻ-1 (Three-in-one) ചെടിയെന്ന് വിശേഷിപ്പിക്കാം. കാരണം: (1) കടുംപച്ചനിറമുള്ള ഇലകളുടെ ഇടയിൽ ഉയർന്നു നില്ക്കുന്ന തൂവെള്ള പൂക്കളോടുകൂടിയ ആകർഷണീയമായ ഒരുപൂന്തോട്ട ചെടി, (2) യാതൊരുവിധ രാസവസ്തുക്കളുമുപയോഗിക്കാതെ പല കാർഷിക വിളകളേയും ആക്രമിക്കുന്ന കായീച്ച എന്ന ശത്രു കീടത്തെ നിയന്ത്രിക്കുന്നതിനുള്ള പ്രകൃതിയുടെ വരദാനമായ ഒരു ജൈവകെണി, (3) അതിലെല്ലാമുപരി, അന്തരീക്ഷവായു ശുദ്ധീകരിക്കാൻ കഴിവുള്ള വളരെ പ്രധാനപ്പെട്ട ചെടി."

ത്രീ-ഇൻ-വൺ ചെടിയായ പീസ് ലില്ലിയെ എല്ലാവർക്കും ഇഷ്ടമായി. എല്ലാം കേട്ടു കഴിഞ്ഞപ്പോൾ കുശാഗ്രബുദ്ധിക്കാരി യായ ദിവ്യ ജ്യോതി കോശിസാറിന്റെയും ടീച്ചർമാരുടെയും മുഖത്ത് മാറിമാറി നോക്കിക്കൊണ്ട് മടിച്ചുമടിച്ച് തന്റെ ആവശ്യം ഉന്നയിച്ചു. "സാർ പീസ് ലില്ലിയുടെ ഒന്നോ രണ്ടോ തൈകൾ ഞങ്ങൾക്ക് തരുമോ?" "എടോ, ഈ ചെടിയുടെ 10 തൈകൾ എടുത്ത് വൃത്തിയായി പൊതിഞ്ഞ് ഈ കുട്ടികൾക്ക് കൊടു ക്കണം'' അടുത്തുനിന്ന തോട്ടം സൂക്ഷിപ്പുകാരനോട് ഡോ. കോശി നിർദ്ദേശിച്ചു. അധികം താമസിയാതെ തന്നെ ഒരു കെട്ട് പീസ് ലില്ലി തൈകൾ സ്കൂൾ ബസിൽ എത്തി. ദിച്ചുമോന് സന്തോഷമായി. ഒരു ചെടി താടിയപ്പൂപ്പന് കൊടുക്കണം. അങ്ങനെ കുട്ടികളുടെ TBGRI സന്ദർശനം അവസാനിച്ചു. കുട്ടി കൾക്കെല്ലാം ഡോ. കോശി അനുഗ്രഹാശിസ്സുകൾ നേർന്നു. ശാലിനി ടീച്ചറുടെ നിർദ്ദേശപ്രകാരം കുട്ടികളെല്ലാവരും ചേർന്ന് കോശിസാറിന് ആത്മാർത്ഥമായ നന്ദി അറിയിച്ചു. പീസ് ലില്ലി യുടെ തൈകൾ കൊടുത്തതിന് പ്രത്യേകം നന്ദി പറയാൻ ദിവ്യ ജ്യോതി മറന്നില്ല.

സ്കൂൾ ബസ് കുട്ടികളുമായി തിരുവനന്തപുരത്തേക്ക് പുറ പ്പെട്ടു. അവിടെയെത്തിയ ഉടനെ ഊണുകഴിച്ച് അവർ മൃഗശാല

കാണാനായി പോയി. "ഇന്ന് മൃഗശാല കൂടി കാണാനുള്ള സമയമേയുള്ളൂ. അതുകൊണ്ട് പെട്ടെന്ന് കണ്ടിട്ട് നമുക്ക് തിരിച്ചു പോകണം." ശാലിനി ടീച്ചർ മുന്നറിയിപ്പുകൊടുത്തു.

മൃഗശാലയും കണ്ട് എല്ലാവരും സ്കൂളിൽ തിരിച്ചെത്തിയപ്പോൾ രാത്രി 9 മണിയായി. എല്ലാവരുടെയും രക്ഷിതാക്കൾ സ്കൂൾ അങ്കണത്തിൽ ഉണ്ടായിരുന്നു. ദിച്ചുമോനെ കൊണ്ടുപോകാൻ താടിയപ്പൂപ്പനാണ് എത്തിയത്. അവൾ നേരത്തെതന്നെ ടീച്ചറുടെ അനുവാദത്തോടെ ഒരു പീസ് ലില്ലി ചെടി എടുത്തുമാറ്റി വച്ചിരുന്നു. താടിയപ്പൂപ്പനെ കണ്ടയുടനെ ചെടി കൊണ്ടുപോയി താടിയപ്പൂപ്പന്റെ കൈയിൽ കൊടുത്തു. താടിയപ്പൂപ്പൻ അത് ഭദ്രമായി കാറിനുള്ളിൽവെച്ചു. കൂട്ടുകാർക്കെല്ലാം 'ബൈ' പറഞ്ഞ് താടിയപ്പൂപ്പനോടൊപ്പം കാറിൽ കയറി. സ്കൂളിൽനിന്നും വീട്ടിലേക്കുള്ള യാത്രയിൽ ദിച്ചുമോൻ വാചാലയായി. 3-ഇൻ-1 എന്ന വിശേഷത്തോടെ, പീസ് ലില്ലിയെക്കുറിച്ച് കോശിസാറിൽനിന്നും കിട്ടിയ അറിവ് താടിയപ്പൂപ്പനുമായി പങ്കുവെച്ചു. അതുകേട്ടപ്പോൾ താടിയപ്പൂപ്പന് എന്തെന്നില്ലാത്ത സന്തോഷമായി.

ആനയുടെ പല്ലുകുത്തി

ക്രിസ്തുമസ് പ്രമാണിച്ച് വീടുകളെല്ലാം ദീപാലംകൃതമായി. വിദ്യാലയങ്ങൾക്കെല്ലാം അവധിയാണ്. ഒരുദിവസം വൈകിട്ടായപ്പോൾ ദിച്ചുമോന് ചെറിയ ഒരാഗ്രഹം. "താടിയപ്പൂപ്പാ നമുക്കിന്ന് ഒരു നല്ല ഹോട്ടലിൽ പോയി വല്ലതും കഴിച്ചാലോ?" അതുകേട്ട പാതി കേൾക്കാത്തപാതി താടിയപ്പൂപ്പൻ പെട്ടെന്നുതന്നെ വേഷം മാറി ദിച്ചുമോന്റെ കൈയും പിടിച്ച് വഴിയിലേക്കിറങ്ങി നടന്നു.

രാജശേഖരന്റെ വീടായ വനമാലി ഏകദേശം നഗരത്തിനടുത്താണ്. ആ നഗരത്തിലെ സാമാന്യം ഭേദപ്പെട്ട ഒരു ഹോട്ടലിലേക്കാണ് അവർ പോയത്. ഇഷ്ടപ്പെട്ട ആഹാരങ്ങളെല്ലാം കഴിച്ച് ബില്ലിലെ തുകയും കൊടുത്ത് അതോടൊപ്പമുണ്ടായിരുന്ന പല്ലുകുത്തി (Toothpick)യുമെടുത്ത് രണ്ടുപേരും പുറത്തിറങ്ങി നടന്നു.

കൊഴിയാറായ പല്ലുകൾക്കിടയിലെ ആഹാരസാധനങ്ങളുടെ അംശം പല്ലുകുത്തി കൊണ്ട് നീക്കം ചെയ്യുന്നതിനിടയിൽ രാജശേഖരൻ പറഞ്ഞു. "മോള് വീട്ടിൽ ചെന്ന് ബ്രഷ് ഉപയോഗിച്ച് നന്നായി പല്ലുതേക്കണം. "ശരി അപ്പൂപ്പാ." അപ്പോഴാണ് ഹോട്ടലിനടുത്തുള്ള സൂപ്പർ മാർക്കറ്റിന്റെ മുൻപിൽ വച്ചിരുന്ന പരസ്യം ദിച്ചുമോൻ ശ്രദ്ധിക്കുന്നത്. പരസ്യത്തിൽ ഏകദേശം ഒരുമീറ്റർ നീളമുള്ള ടൂത്ത് ബ്രഷിന്റെ പടം കണ്ട് അവൾ ചോദിച്ചു. "അപ്പൂപ്പാ ഇത്രയുംവലിയ ബ്രഷ് എന്തിനാ ആനയുടെ പല്ലു

തേക്കാനാണോ?" "കളിയാക്കി ചോദിച്ചതാണെന്ന് എനിക്കു മനസ്സിലായി. എന്നാൽ വരൂ, ആനയുടെ പല്ലുകുത്തി മോൾക്ക് കാണിച്ചുതരാം." ദിച്ചുമോന്റെ കൈയും പിടിച്ച് രാജശേഖരൻ റോഡിന്റെ അരികിലൂടെ വേഗം നടന്നു. അവൾക്ക് വിശ്വസിക്കാൻ കഴിയുന്നില്ല. ഞാൻ ആനയുടെ ടൂത്ത്ബ്രഷ് എന്നു പറഞ്ഞതിനുപകരം ആനയുടെ പല്ലുകുത്തി എന്ന് അപ്പൂപ്പൻ കളിയാക്കി പറഞ്ഞതാണോ. ഒന്നുമില്ലാതെ അപ്പൂപ്പൻ വെറുതെ അങ്ങനെ പറയുകയില്ല. അപ്പൂപ്പന്റെ മുഖത്തേക്കു നോക്കി പുഞ്ചിരിച്ചുകൊണ്ട് അവൾ ചോദിച്ചു. "അപ്പൂപ്പൻ ആനയുടെ പല്ലുകുത്തി എന്നു പറഞ്ഞത് ശരിക്കും എലിഫന്റ്സ് ടൂത്ത് പിക് (Elephant's Toothpick) എന്ന് ഉദ്ദേശിച്ചാണോ?" "അതേടാ കുട്ടാ. അതുകൊണ്ടല്ലേ കാണിച്ചു തരാമെന്ന് ഞാൻ പറഞ്ഞത്." ആനയുടെ പല്ലുകുത്തി കാണാനുള്ള ആകാംക്ഷയോടെ അവൾ വേഗം നടന്നു.

വാനമാലിയിലേക്കു പോകുന്ന വഴിയിൽ ഇടത്തുവശത്തായിട്ടാണ് രാജശേഖരന്റെ സഹപാഠിയായിരുന്ന ദിനേശൻ താമസിക്കുന്നത്. ദിനേശന് കൃഷിയിൽ വലിയ താല്പര്യമില്ലെങ്കിലും, തന്റെ വീട്ടുമുറ്റത്തെ പൂന്തോട്ടത്തിൽ വിവിധയിനം ചെടികളുടെ ഒരു നല്ല ശേഖരമുണ്ടായിരുന്നു. ഭംഗിയുള്ളതും പ്രയോജനപ്രദവുമായ ചെടികൾ എവിടെ കണ്ടാലും വാങ്ങിക്കൊണ്ടുവന്ന് തന്റെ വീട്ടുപരിസരത്ത് നട്ട് സംരക്ഷിക്കുന്നതിൽ ദിനേശൻ പ്രത്യേക താല്പര്യം കാണിച്ചിരുന്നു.

ദിനേശന്റെ വീട്ടുപടിക്കൽ എത്തിയപ്പോൾ താടിയപ്പൂപ്പൻ നടത്തം നിർത്തി. ദിച്ചുമോനെ നോക്കി ചിരിച്ചുകൊണ്ട് പറഞ്ഞു. "മോളെ ഇത് അപ്പൂപ്പന്റെ ഒരു കൂട്ടുകാരന്റെ വീടാണ്. നമുക്ക് കയറിയിട്ടുപോകാം. മിക്കവാറും ആനയുടെ പല്ലുകുത്തി ഇവിടെ കണ്ടേക്കും." ദിച്ചുമോന് സന്തോഷമായി. അപ്പോഴേക്കും രണ്ടുപേരും ദിനേശന്റെ വീടിന്റെ വരാന്തയിൽ എത്തി. കാളിങ് ബെല്ലിൽ സ്വിച്ച് അമർത്തിയപ്പോൾ ദിനേശൻ ഇറങ്ങി വന്നു. രാജശേഖരന്റെ കൈപിടിച്ചു കുലുക്കി ദിനേശൻ സന്തോഷം പ്രകടിപ്പിക്കുകയും വീട്ടുകാര്യങ്ങൾ തിരക്കുകയും ചെയ്തു. കൂട്ടത്തിൽ ദിച്ചുമോനെയും ഗൗനിക്കാതിരുന്നില്ല. "മോളുടെ

സ്കൂളിലെ പേര് ദിവ്യ എന്നല്ലേ? ദിവ്യ ഏതു ക്ലാസിലാണ് പഠിക്കുന്നത്?"

"എന്റെ മുഴുവൻ പേര് ദിവ്യ ജ്യോതി എന്നാണ്. ആറാം ക്ലാസിലാണ്."

അപ്പൂപ്പനും കൊച്ചുമോളുംകൂടി നടക്കാനിറങ്ങിയതാണോ എന്ന് ദിനേശൻ ചോദിച്ചപ്പോൾ ദിച്ചുമോനാണ് മറുപടി പറഞ്ഞത്.

"അല്ല, ഞങ്ങൾ ഹോട്ടലിൽപോയിട്ടു വരുവാ."

അവർ മൂന്നുപേരും വിശേഷങ്ങൾ പങ്കുവയ്ക്കുന്നതിനിടയിൽ ആനയുടെ പല്ലുകുത്തി കാണാൻ ദിച്ചുമോന് വലിയ ആഗ്രഹമാണെന്ന് താടിയപ്പൂപ്പൻ പറഞ്ഞു. അതിനാണ് ഞങ്ങൾ പ്രത്യേകിച്ചും ദിനേശന്റെ വീട്ടിൽ കയറിയത്. ദിനേശൻ രണ്ടുപേരേയും കൂട്ടി വീട്ടുമുറ്റത്തെ പൂന്തോട്ടത്തിലേക്കിറങ്ങി. ചെടികളുടെ ഇടയിലൂടെ നടന്ന് അവർ വീടിന്റെ ഒരുവശത്ത് ജനലിനടുത്തായി എത്തി. അവിടെ ഏതാനും ചെടിച്ചട്ടികളിൽ ധാരാളം കുന്തങ്ങൾ നാട്ടിവച്ചിരിക്കുന്നതുപോലെ ഒരിനം ചെടി വളർന്നു നില്ക്കുന്നു. മൂന്നുപേരും വിശേഷപ്പെട്ട ആ ചെടിയുടെ അരികിലെത്തി ശ്രദ്ധയോടെ വീക്ഷിച്ചു. ഒരു അവസരം കാത്തിരുന്നതുപോലെ ദിനേശൻ വാചാലനായി. "മോൾ ശ്രദ്ധിച്ചു കേൾക്കണം. ഇതാണ് ആനയുടെ പല്ലുകുത്തി എന്നറിയപ്പെടുന്ന ചെടി. സൻസിവീരിയ എന്ന ശാസ്ത്രനാമ മുള്ള ഇതിന് അനേകം സ്പീഷീസുകളുണ്ട്. എന്നാൽ, കുന്തങ്ങൾ നാട്ടിയപോലെ വളർന്നു നില്ക്കുന്ന ഈ ഇന(Sansevieria cylindrica)മാണ് ആനയുടെ പല്ലുകുത്തി (Elephant's Toothpick), ആഫ്രിക്കൻ കുന്തം എന്നീ പേരുകളിൽ പ്രസിദ്ധമായിരിക്കുന്നത്.

ആനയുടെ പല്ലുകുത്തിയെക്കുറിച്ച് കൂടുതൽ അറിയുവാനുള്ള ദിച്ചുമോന്റെ ജിജ്ഞാസ അവളുടെ മുഖത്ത് പ്രകടമായിരുന്നു. അവളുടെ ആദ്യത്തെ സംശയം "അപ്പോൾ ഇതിന് ഇലകളില്ലേ?" അതുകേട്ടയുടനെതന്നെ ദിനേശൻ എലിഫന്റ്സ് ടൂത്ത്പിക്കിനെക്കുറിച്ച് വിശദീകരിക്കാൻ തുടങ്ങി. ചുവടുഭാഗത്തുനിന്നും നേരെ മുകളിലേക്ക്, കടുംപച്ചനിറത്തിൽ, നീണ്ടുവളർന്ന് കുന്തംപോലെ നില്ക്കുന്നതാണ് ഇതിന്റെ ഇലകൾ. ഉരുണ്ട ആകൃതിയും, കട്ടിയും നേരിയ വരിപ്പുകളുമുള്ള ഈ

ഇലകളുടെ അഗ്രഭാഗം കൂർത്ത കുന്തമുനപോലെയാണ്. മൂന്നു സെന്റിമീറ്ററോളം കട്ടിയുള്ള ഇല സാധാരണ ഒരു മീറ്റർ വരെ ഉയരത്തിൽ വളരുന്നു. എന്നാൽ ഇങ്ങനെ വളർന്നുകൊണ്ടിരിക്കുന്ന ആനയുടെ പല്ലുകുത്തിയുടെ അഗ്രഭാഗത്തിന് കേടുപറ്റിയാൽ ആ ഇലയുടെ വളർച്ച അവിടെ നില്ക്കും.

ദിച്ചുമോന് വീണ്ടും സംശയം: "അപ്പോൾ ഇതിന് പൂക്കളില്ലേ?" ഉണ്ടല്ലോയെന്നു പറഞ്ഞുകൊണ്ട് ദിനേശൻ വിശദീകരണം തുടർന്നു. പടിഞ്ഞാറെ അറ്റത്തിരിക്കുന്ന ചട്ടിയിലെ ചെടിയുടെ ചുവട്ടിൽനിന്നും നീണ്ട് കുത്തനെ വളർന്നു നില്ക്കുന്ന പൂക്കുലകൾ കണ്ടില്ലേ? പൂക്കൾ അത്ര ആകർഷണീയമല്ലെങ്കിലും ചെടിക്ക് പല ഗുണങ്ങൾ ഉള്ളതുകൊണ്ടും ഇലകൾക്ക് ഭംഗിയുള്ളതുകൊണ്ടും പൂന്തോട്ടത്തിലും മുറികൾക്കുള്ളിലും വളർത്താൻ പറ്റിയ ഇനമാണ്. അധികം പരിചരണം ആവശ്യമില്ല. അതുകൊണ്ട് ആനയുടെ പല്ലുകുത്തി നട്ടുവളർത്താൻ പ്രയാസമില്ല.

ഒരുപക്ഷേ, വലിയ പല്ലുകുത്തിപോലെ തോന്നിക്കുന്ന കുന്തംപോലെയുള്ള ഇലകളുടെ ആകൃതി കൊണ്ടായിരിക്കാം ഈ ചെടിക്ക് എലിഫന്റ്സ് ടൂത്ത് പിക്ക് എന്ന പേരുകിട്ടിയത്. "അപ്പൂപ്പാ, ഈ ചെടിയുടെ പേര് ആനയുടെ പല്ലുകുത്തി എന്നായതുകൊണ്ട് ഓർത്തിരിക്കാൻ പ്രയാസമില്ല." ദിനേശ് അങ്കിളിന്റെയും താടിയപ്പൂപ്പന്റെയും മുഖത്ത് മാറിമാറി നോക്കി പുഞ്ചിരിച്ചുകൊണ്ടാണ് ദിച്ചുമോൻ അഭിപ്രായം പറഞ്ഞത്.

ചെടികളെക്കുറിച്ചറിയാനുള്ള ദിച്ചുമോന്റെ താല്പര്യം കൂടുതൽ കാര്യങ്ങൾ പറഞ്ഞു കൊടുക്കാൻ ദിനേശിന് പ്രചോദനമായി. അല്പം ഗൗരവത്തോടും എന്നാൽ ഒരു അദ്ധ്യാപകന്റെ ലാഘവത്തോടും കൂടി ദിനേശൻ ആ ചെടിയുടെ സവിശേഷതകളിലേക്ക് അപ്പൂപ്പന്റെയും കൊച്ചുമകളുടെയും ശ്രദ്ധ തിരിച്ചു. "അന്തരീക്ഷ വായു ശുദ്ധീകരിക്കുന്നതിൽ എലിഫന്റ്സ് ടൂത്ത് പിക്ക് എന്ന ഈ ചെടിക്ക് വളരെയധികം പ്രാധാന്യമുണ്ട്. അന്തരീക്ഷ വായുവിലെ വിഷഘടകങ്ങളായ ഫോർമാൽ ഡി ഹൈഡ്, സൈലിൻ മുതലായവയെ നീക്കം ചെയ്യുന്നു എന്നത് വായുശുദ്ധീകരണത്തിൽ ഇതിന്റെ പ്രാധാന്യം എടുത്തുകാട്ടുന്നു. മാത്രമല്ല, മുറിക്കുള്ളിലെ ദുർഗ്ഗന്ധം നീക്കം ചെയ്യുന്നതിനും ഈ ചെടികൾ ഉത്തമമാണ്. നൂറ് ചതുരശ്രയടി വലുപ്പമുള്ള ഒരു മുറിയിലെ വായു ശുദ്ധീകരിക്കുന്നതിന് രണ്ട് ചെടിച്ചട്ടികളിൽ നന്നായി വളർന്നു നില്ക്കുന്ന ആനയുടെ പല്ലുകുത്തി മതിയാകുമെന്നാണ് കണക്കാക്കിയിരിക്കുന്നത്.

രാത്രി കാലങ്ങളിൽ ഈ ചെടി കാർബൺ ഡയോക്സൈഡ് സ്വീകരിക്കുകയും ഓക്സിജൻ പുറത്തുവിടുകയും ചെയ്യുന്നതായി രേഖപ്പെടുത്തിയിട്ടുണ്ട്. അതുകൊണ്ട്, ഇത് കിടപ്പുമുറിയിലേക്ക് അനുയോജ്യമായ ചെടിയാണ്. എന്നാൽ ഇലകളുടെ അഗ്രഭാഗം കൂർത്ത് കുന്തമുനപോലെ യായതുകൊണ്ട് കൊച്ചുകുട്ടികളുള്ള വീട്ടിൽ വളരെ ശ്രദ്ധിക്കേണ്ടതാണ്.

ആനയുടെ പല്ലുകുത്തി എന്ന പേരു പോലെതന്നെ പല ചെടികളുടെയും പേരുകൾ 'ആന' എന്ന പദത്തിൽ ആരംഭിക്കുന്നുണ്ട്. ഉദാഹരണത്തിന് ആനച്ചൊറിയണം, ആനച്ചുണ്ട, ആനച്ചുവടി, ആനകൂവ, ആനമുള്ള്, ആനപ്പന, ആനത്തൊണ്ടി മുതലായവ.

വീടുകളിലെ മാത്രമല്ല, ഓഫീസുകൾ, വിദ്യാഭ്യാസ സ്ഥാപനങ്ങൾ, വ്യവസായശാലകൾ മുതലായ വിവിധ സ്ഥാപനങ്ങളിലെ വായുമലിനീകരണം നിയന്ത്രിക്കുന്നതിന് ശുപാർശ ചെയ്യാവുന്ന ഒരു ഉത്തമ അലങ്കാരച്ചെടിയാണ് ആനയുടെ പല്ലുകുത്തി. അങ്ങനെ നമ്മുടെ ആരോഗ്യപരിപാലനത്തിൽ സുപ്രധാന പങ്കു വഹിക്കുന്ന ഈ ചെടിയെ നമ്മുടെ വീടുകളിലും സ്കൂളുകളിലും മറ്റും നട്ടുവളർത്താൻ കൂട്ടുകാരോടെല്ലാം ദിച്ചുമോൻ പറയുമല്ലോ?" "പറയുമോന്നോ?' പറയുകമാത്രമല്ല എലിഫന്റ്സ് ടൂത്ത് പിക്ക് എന്ന ചെടി ഇവിടെ അടുത്ത് ഒരു അങ്കിളിന്റെ വീട്ടിലുണ്ടെന്നും പറയും." ഒരു പ്രധാനപ്പെട്ട ചെടിയുടെ സവിശേഷതകളറിയാൻ സാധിച്ചതിൽ ദിച്ചുമോന് സന്തോഷമായി. തന്നെയുമല്ല, സ്കൂളിൽ ചെല്ലുമ്പോൾ കൂട്ടുകാരെയെല്ലാം അതിശയിപ്പിക്കാൻ ഒരു ചോദ്യം കൂടി കിട്ടി. "ആരെങ്കിലും എലിഫന്റ്സ് ടൂത്ത്പിക്ക് കണ്ടിട്ടുണ്ടോ?" എന്നിട്ട് വിജയഭാവത്തിൽ ആനയുടെ പല്ലുകുത്തി എന്ന ചെടിയുടെ സവിശേഷതകൾ എല്ലാവർക്കും പറഞ്ഞുകൊടുക്കണം.

നേരം സന്ധ്യ കഴിഞ്ഞു. താടിയപ്പൂപ്പൻ പോകാൻ ധൃതികൂട്ടി. ദിനേശങ്കിളിന് 'താങ്സും' 'ഗുഡ്നൈറ്റും' പറഞ്ഞ് താടിയപ്പൂപ്പന്റെ കൈയും പിടിച്ച് ദിച്ചുമോൻ വീട്ടിലേക്കുപോയി.

കറുത്തപെണ്ണ് ചാടിയാൽ മരമണ്ടയോളം പിന്നേം ചാടാതെ ചട്ടിയിൽ

വളരെ മനോഹരമായ ഒരു കൊച്ചു രണ്ടുനിലക്കെട്ടിടം. ബിസ്മയുടെ വീട്. പല നിറത്തിലുള്ള വൈദ്യുതി വിളക്കുകളും ബലൂണുകളും റിബണുകളുംകൊണ്ട് വീട് നന്നായി അലങ്കരിച്ചിരിക്കുന്നു. സമയം വൈകിട്ട് 6.30. വൈദ്യുതി വിളക്കിന്റെ പല നിറത്തിലുള്ള പ്രകാശത്തിൽ വീടും പരിസരവും മിന്നിത്തിളങ്ങി. "ഓ, ഇവിടെ എന്തോ വിശേഷമുണ്ടല്ലോ!" വഴിപോക്കർ അന്യോന്യം കുശലം പറഞ്ഞുകൊണ്ട് നടന്നുപോയി.

ബിസ്മ കുളിച്ചൊരുങ്ങി പുത്തൻ ഉടുപ്പുകൾ അണിഞ്ഞ് വീടിന്റെ സിറ്റൗട്ടിൽ അക്ഷമയോടെ ആരെയൊക്കെയോ കാത്തിരിക്കുന്നു. അപ്പനും കൂടി സഹായിച്ചതുകൊണ്ട് ബിസ്മയുടെ മമ്മി ബിന്ദുവിന്റെ വീട്ടുജോലികളെല്ലാം നേരത്തെ തന്നെ കഴിഞ്ഞു. ബിസ്മയുടെ മമ്മിയും അപ്പൻ കോശിയും കുളിച്ചൊരുങ്ങി നല്ല വസ്ത്രങ്ങളണിഞ്ഞ് കുശലം പറഞ്ഞുകൊണ്ട് മകളുടെ അടുത്ത് ഇരിപ്പുറപ്പിച്ചു. എന്തിനോ ആർക്കൊക്കെയോ വേണ്ടി കാത്തിരിക്കുകയാണെന്ന് ബിസ്മയുടെ മുഖം വിളിച്ചുപറയുന്നു.

"ഹാപ്പി ബെർത്ത്ഡേ" ഉച്ചത്തിലുള്ള ആശംസാ വാക്കുകൾ കേട്ട് ബിസ്മ ഞെട്ടിത്തിരിഞ്ഞു നോക്കിയപ്പോൾ അതാ അവളുടെ കൂടെ പഠിക്കുന്ന ദിവ്യ ജ്യോതി വലിയ ഒരു ചിരിയു

മായി പുറകിൽ നില്ക്കുന്നു. ദിച്ചുമോനോടൊപ്പം അവളുടെ താടിയപ്പൂപ്പൻ രാജശേഖരനും അമ്മൂമ്മ ശാരദാമ്മയും അമ്മ ശ്രീദേവിയും അച്ഛൻ വിഷ്ണുപ്രസാദും ഉണ്ടായിരുന്നു. “Very very happy birthday. Many Many Happy Returns of the day” എല്ലാവരുടെയും വീണ്ടും വീണ്ടുമുള്ള ആശംസയിൽ ബിസ്മ കൂടുതൽ സന്തോഷവതിയായി. “ദിവ്യാ, വരൂ നമുക്ക് അകത്തേക്ക് പോകാം.” ദിച്ചുമോന്റെ കൈയും പിടിച്ച് ബിസ്മ അകത്തെ മുറിയിലേക്ക് പോയി. മറ്റ് കൂട്ടുകാരെപ്പോലെ ബിസ്മയും ദിവ്യയെന്നാണ് ദിച്ചുമോനെ വിളിക്കുന്നത്.

വിഷ്ണുപ്രസാദും കോശിയും സമപ്രായക്കാരാണ്. അവർ രാജശേഖരനോടൊപ്പം സിറ്റൗട്ടിൽ ഇരുന്നു. അമ്മമാര് രണ്ടു പേരും കൂടി ദിച്ചുമോന്റെ അമ്മൂമ്മയേയും കൂട്ടി ഊണു മുറിയിൽ പോയി ഇരിപ്പുറപ്പിച്ചു. നാട്ടുകാര്യവും രാഷ്ട്രീയവുമായിരുന്നു സിറ്റൗട്ടിലെ ചർച്ചാവിഷയം. എന്നാൽ ഊണുമുറിയിലെ മുഖ്യചർച്ചാവിഷയങ്ങൾ പാചകവും പരദൂഷണവുമായിരുന്നു.

സമയം രാത്രി 8.30. ബിസ്മയുടെ ഏറ്റവും അടുത്ത കൂട്ടുകാരികളെല്ലാം അച്ഛനമ്മമാരോടൊപ്പം എത്തി. എല്ലാവരും വലിയ സന്തോഷത്തിലാണ്. അവർ എല്ലാവരും ഊണു മേശയ്ക്കു ചുറ്റുമായി നിന്നു. വലിയ ഒരു കേക്കിനു ചുറ്റുമായി വച്ചിരുന്ന 10 മെഴുകുതിരികൾ ബിസ്മ കത്തിച്ചു. എല്ലാവരും മെഴുകുതിരികൾ ഊതി അണയ്ക്കുമ്പോൾ ബിസ്മയുടെയും കൂട്ടുകാരുടെയും വീടുകളിൽ അവരവരുടെ പ്രായത്തിന്റെയത്രയും മെഴുകുതിരികൾ കത്തിക്കുക പതിവായിരിക്കുകയാണ്. കഴിഞ്ഞുപോയ വർഷങ്ങളെപ്പോലെയോ അതിനേക്കാൾ നന്നായോ വരാൻ പോകുന്ന ഭാവി ഐശ്വര്യസമ്പൂർണ്ണമായി പ്രകാശിക്കുന്നതിനു വേണ്ടിയാണ് മെഴുകുതിരികൾ കത്തിക്കുന്നതെന്നാണ് അവർ പറയുന്നത്. ബിസ്മ, പത്താമത്തെ മെഴുകുതിരി കത്തിച്ചപ്പോൾ എല്ലാവരും ചേർന്ന് കൈകൊട്ടിക്കൊണ്ട് ഉച്ചത്തിൽ പാടി. ഹാപ്പി ബർത്ത്ഡേ ടു യൂ വീണ്ടും വീണ്ടും ഹാപ്പി ബർത്ത് ഡേ എന്ന് ആശംസിച്ചുകൊണ്ട് ഓരോ കൂട്ടുകാരികളും കൊണ്ടുവന്ന സമ്മാനപ്പൊതി ബിസ്മയ്ക്കു കൊടുത്തു.

"എല്ലാവരും വന്നാട്ടെ അത്താഴം കഴിക്കാം." ബിന്ദു എല്ലാവരേയും ക്ഷണിച്ചു. വിഭവസമൃദ്ധമായ വിരുന്നു സൽക്കാരം കഴിഞ്ഞ് ഓരോരുത്തരും ഗുഡ്നൈറ്റ് പറഞ്ഞ് യാത്രയായി. അപ്പോൾ ബിസ്മ ഓടി ദിച്ചുമോന്റെ അടുത്തെത്തിയിട്ടു പറഞ്ഞു."ദിവ്യ കുറേക്കൂടി കഴിഞ്ഞിട്ടുപോയാൽ മതി." ദിച്ചുമോൻ സന്തോഷത്തോടെ തലയാട്ടി സമ്മതം പ്രകടിപ്പിച്ചുകൊണ്ട് താടിയപ്പൂപ്പനെ നോക്കി. അപ്പൂപ്പനും തലകുലുക്കി സമ്മതം കൊടുത്തു.

ദിച്ചുമോന്റെയും ബിസ്മയുടെയും വീട്ടുകാരെല്ലാം വീണ്ടും സിറ്റൗട്ടിൽ ഒത്തുകൂടി. ആ വീടിന്റെ സിറ്റൗട്ടിലും വരാന്തയിലും മുറ്റത്തുമായി ധാരാളം ചെടികൾ അടുക്കും ചിട്ടയോടും ചട്ടികളിൽ വളർത്തിയിട്ടുണ്ട്. നാട്ടുകാര്യങ്ങളും വീട്ടുകാര്യങ്ങളും മറ്റും സംസാരിച്ച് മടുത്തപ്പോൾ എല്ലാവരും കൂടി ചെടികൾ കാണാനായി മുറ്റത്തേക്കിറങ്ങി. ഓരോ ചെടിയും ശ്രദ്ധിച്ച് നോക്കിനടന്നു. ചില ചെടികളുടെ സവിശേഷതകളും ചർച്ച ചെയ്യുന്നുണ്ടായിരുന്നു. "അപ്പൂപ്പാ അപ്പൂപ്പാ" ദിച്ചുമോൻ നീട്ടി വിളിച്ചുകൊണ്ട് പറഞ്ഞു. അപ്പൂപ്പാ, "ഇതു നോക്കിക്കെ. നിറയെ കുരുമുളകുമായി അതിന്റെ ചെടികൾ ചട്ടികളിൽ വളർന്നു നില്ക്കുന്നത് അപ്പൂപ്പൻ ശ്രദ്ധിച്ചില്ലേ! നമ്മുടെ വീട്ടിൽ തെങ്ങിലും പ്ലാവിലുമല്ലേ കുരുമുളക് വളർന്ന് അതിന്റെ മണ്ടയിൽ വരെ കയറിയിരിക്കുന്നത്. അത്രയും പൊക്കത്തിൽ നിന്ന് കുരുമുളക് ശേഖരിക്കാൻ എന്തുപ്രയാസമാണ്." എല്ലാവരുടേയും ശ്രദ്ധ ചട്ടികളിൽ വളർത്തിയിരിക്കുന്ന കുരുമുളകു ചെടികളിലായി. "ദിച്ചുമോൻ വരൂ. നമുക്ക് ഈ കുറ്റിക്കുരുമുളകിനെക്കുറിച്ച് കൂടുതൽ കാര്യങ്ങൾ കോശി അങ്കിളിനോട് ചോദിക്കാം." അവളുടെ കൈയും പിടിച്ച് താടിയപ്പൂപ്പൻ കോശിയുടെ അടുത്തേക്കുപോയി.

കോശിയുടെ വീട്ടിൽ മറ്റെല്ലാ ചെടികളേക്കാളും കൂടുതൽ പ്രാധാന്യവും പരിഗണനയും കുറ്റിക്കുരുമുളകിനാണ്. "കോശീ, ഈ ചട്ടിയിൽ വളർത്തുന്ന കുറ്റിക്കുരുമുളക് പ്രത്യേക ഏതെങ്കിലുമിനമാണോ? ഇതേപ്പറ്റി കൂടുതൽ അറിയണമെന്നുണ്ട്." രാജശേഖരന്റെ കുറ്റിക്കുരുമുളകു കൃഷിയിലുള്ള താല്പര്യം കോശി

മനസ്സിലാക്കി. കുറ്റിക്കുരുമുളകു വളർത്തുന്ന വിദ്യ മറ്റുള്ളവരിലേക്ക് പകരുന്നതിൽ അഭിമാനം കൊള്ളുന്നയാളാണ് കോശി. “ദാ മുറ്റത്തിന്റെ തെക്കുപടിഞ്ഞാറു ഭാഗത്തു നില്ക്കുന്ന തെങ്ങിലേക്കു നോക്കൂ. തെങ്ങിന്റെ മണ്ടവരെ പറ്റിപ്പിടിച്ചുകയറിയിരിക്കുന്ന ആ കറുത്തപെണ്ണിനെ കണ്ടില്ലേ? കറുത്ത പൊന്ന് എന്നതിനുപകരം കറുത്തപെണ്ണെന്നാണ് ഞാൻ പേരിട്ടിരിക്കുന്നത്. ഇവളെ ഒരു നിയന്ത്രണവുമില്ലാതെ വിട്ടാൽ ഇങ്ങനാ. മരമണ്ടവരെ കയറും.” കോശിയുടെ ആ സംസാരം എല്ലാവർക്കും ഇഷ്പ്പെട്ടു. ഈ കറുത്തപ്പെണ്ണിനെ ഇങ്ങനെ കയറൂരിവിട്ടാൽ പറ്റില്ലല്ലോയെന്ന് എനിക്ക് തോന്നി. അങ്ങനെയിരുന്നപ്പോഴാണ് കുറ്റിക്കുരുമുളകിനെക്കുറിച്ച് കൂടുതൽ അറിയാനും പഠിക്കാനും സാധിച്ചത്. കിട്ടിയ അറിവ് പ്രാവർത്തികമാക്കി.” കോശി പറഞ്ഞതു കേട്ടപ്പോൾ രാജശേഖരന്റെ ആകാംക്ഷ പതിന്മടങ്ങായി. “അതു ശരി. അപ്പോൾ നമുക്ക് വളർത്തിയെടുക്കാവുന്നതേയുള്ളൂ. അല്ലേ?”

“അതേ കുട്ടികൾക്കുപോലും ചെയ്യാവുന്നതേയുള്ളൂ.” അതു പറഞ്ഞശേഷം കോശി ദിച്ചുമോനെ നോക്കി പുഞ്ചിരിച്ചുകൊണ്ട് എന്താ ശരിയല്ലേ’ എന്ന ഭാവത്തിൽ തലകുലുക്കി.

കുറ്റിക്കുരുമുളകു തയ്യാറാക്കുന്നവിധം അറിയാൻ എല്ലാ

വർക്കും താല്പര്യമായി. അപ്പോൾ പിന്നെ ഒട്ടുംതന്നെ താമസിക്കണ്ടയെന്ന് കോശിയും വിചാരിച്ചു. "ദിവ്യ ശ്രദ്ധിച്ചു കേട്ടോളൂ. മരമണ്ടയിൽ വരെ കയറിയിരിക്കുന്ന കറുത്തപെണ്ണിനെ പിടിച്ച് ചട്ടിയിലാക്കണം." കുറ്റിക്കുരുമുളകുണ്ടാക്കുന്ന വിധം പടിപടിയായി കോശി വിശദീകരിച്ചു.

"സാധാരണയിനം കുരുമുളകിൽനിന്നു തന്നെയാണ് കുറ്റി കുരുമുളകും ഉണ്ടാക്കുന്നത്. മരത്തിൽ പടർന്നു കിടക്കുന്ന പ്രധാന കുരുമുളകു വള്ളികളിൽനിന്നും വശങ്ങളിലേക്കു വളരുന്ന ശാഖകളാണ് കുറ്റിക്കുരുമുളകു തൈകൾ ഉണ്ടാക്കാൻ ഉപയോഗിക്കേണ്ടത്. അതായത് കായ്ക്കുന്ന ശാഖകൾ. നമ്മുടെ നാടൻ ഭാഷയിൽ പറഞ്ഞാൽ തിരിയിടുന്ന ശാഖകൾ. നല്ല കായഫലം തരുന്ന വള്ളികളിൽനിന്നും ശാഖകൾ ശേഖരിക്കുന്നതായിരിക്കും ഉത്തമം. രണ്ടോ മൂന്നോ ഇലകളോടു കൂടിവേണം ശാഖകൾ ഓരോന്നും മുറിച്ചെടുക്കുവാൻ. മുറിച്ചെടുക്കുന്ന ശാഖകളിൽനിന്നും, നാമ്പിലയൊഴിച്ച് മറ്റ് എല്ലാ ഇലകളും നീക്കം ചെയ്യണം. ഇങ്ങനെ ശേഖരിക്കുന്ന ശാഖകൾ ഏകദേശം അരമണിക്കൂർ കുമിൾ നാശിനി ലായിനിയിൽ മുക്കിവയ്ക്കുന്നത് ചീയൽ രോഗം വരാതിരിക്കാൻ സഹായിക്കും. നടുന്നതിനു മുമ്പായി ചുവടു ഭാഗത്ത് (മുറിച്ചെടുത്ത ഭാഗത്ത്) വേരുണ്ടാകാൻ ഉപയോഗിക്കുന്ന ഹോർമോൺ പുരട്ടുകയാണെങ്കിൽ വേരുണ്ടാകാനുള്ള സാദ്ധ്യത കൂടുതലായതുകൊണ്ട് കൂടുതൽ തൈകൾ ഉല്പാദിപ്പിക്കുന്നതിന് പ്രയോജനപ്രദമായിരിക്കും. ഇങ്ങനെ തയ്യാറാക്കിയ ശാഖകൾ പോളിത്തീൻ സഞ്ചികളിൽ നിറച്ചിരിക്കുന്ന ചകിരിച്ചോറിലോ മണ്ണു മിശ്രിത (മണ്ണ്: മണൽ: ചാണകപ്പൊടി)ത്തിലോ നടണം. ഒരു മുട്ടെങ്കിലും മിശ്രിതത്തിനടിയിൽ നില്ക്കത്തക്കവണ്ണം നട്ട് നല്ല തണലുള്ള ഭാഗത്ത് വെയ്ക്കണം. ആവശ്യത്തിന് നനച്ചു കൊടുക്കാൻ മറക്കരുത്. വേരുകളും ഇലകളും ഉണ്ടാകുമ്പോൾ കുറ്റിക്കുരുമുളകു തൈകൾ സാമാന്യം വലുപ്പമുള്ള ചട്ടികളിൽ നടാവുന്നതാണ്. സാധാരണയായി ഒരു ചട്ടിയിൽ മൂന്നു തൈകളാണ് ഞാൻ നടുന്നത്. ചട്ടിയിൽ നട്ട കുരുമുളകുതൈകൾ ഭാഗികമായി സൂര്യപ്രകാശം

കിട്ടുന്ന സ്ഥലത്ത് വയ്ക്കണം. സാധാരണ കമ്പോസ്റ്റ്, മണ്ണിര കമ്പോസ്റ്റ് വേപ്പിൻ പിണ്ണാക്ക് മുതലായ ജൈവ വളങ്ങളാണ് ഞാൻ നല്കാറുള്ളത്.

നമ്മുടെ വീട്ടുമുറ്റത്തെ പൂന്തോട്ടത്തിൽ ഒരു അലങ്കാരച്ചെടിയായി കുറ്റിക്കുരുമുളക് വളർത്താം. അപ്പോൾ പൂന്തോട്ടത്തിന് അഴകേറുന്നതിനോടൊപ്പം വീട്ടാവശ്യത്തിനുള്ള കുരുമുളക് വർഷത്തിലുടനീളം കിട്ടുകയും ചെയ്യും. മരംകേറി പെണ്ണിനെ ചട്ടിയിലാക്കിയാലുള്ള ഗുണം ഇപ്പോൾ മനസ്സിലായല്ലോ?" കോശി തന്റെ വിശദീകരണം അവസാനിപ്പിച്ചുകൊണ്ട് വിജയ ഭാവത്തിൽ എല്ലാവരേയും മാറിമാറി നോക്കി. അപ്പോഴേക്കും രാത്രി 10 മണിയായി. "ഏതായാലും എല്ലാവരും ബിസ്മയ്ക്കു കൊടുത്ത പിറന്നാൾ സമ്മാനങ്ങളേക്കാൾ എത്രയോ വലിയ സമ്മാനമാണ് നമുക്കെല്ലാം കോശി പകർന്നുതന്ന ഈ അറിവ്. എല്ലാവരുടേയും വക ഒരു വലിയ നന്ദി കോശിക്കും കുടുംബത്തിനും" രാജശേഖരന്റെ വാക്കുകൾകേട്ട് എല്ലാവരും കൈയടിച്ച് സന്തോഷം പ്രകടിപ്പിച്ചു. കോശിക്കും കുടുംബത്തിനും ഗുഡ്നൈറ്റ് പറഞ്ഞ് രാജശേഖരനും കുടുംബാംഗങ്ങളും അവിടെ നിന്നിറങ്ങി. ബിസ്മയ്ക്ക് പ്രത്യേകം ഗുഡ്നൈറ്റ് പറഞ്ഞ് കൈ പിടിച്ചുകുലുക്കി വീണ്ടും ആശംസിച്ചിട്ടാണ് ദിച്ചുമോൻ ഗേറ്റിനു പുറത്തിറങ്ങിയത്.

തിരിച്ച് വീട്ടിലേക്കുള്ള യാത്രയിൽ പതിവുപോലെ ദിച്ചുമോൻ, താടിയപ്പൂപ്പന്റെയടുത്തുതന്നെ കാറിൽ സ്ഥാനം പിടിച്ചു. "അപ്പൂപ്പാ, നാളെത്തന്നെ നമുക്ക് കുറ്റിക്കുരുമുളകു തൈകൾ ഉണ്ടാക്കണം. അങ്ങനെ നമ്മുടെ പ്ലാവിൽ മണ്ടയിൽ കയറിയ കറുത്തപെണ്ണിനെ ചട്ടിയിലാക്കണം." ദിച്ചുമോൻ ആവർത്തിച്ചു പറഞ്ഞുകൊണ്ടിരുന്നു. വീട് എത്തി. കാറിൽ നിന്നുമിറങ്ങിയ ദിച്ചുമോൻ താടിയപ്പൂപ്പന്റെ കൈയിൽ പിടിച്ച് പാട്ടുംപാടിയാണ് വീട്ടിലേക്കു കയറിയത്. "ചെമ്മീൻ ചാടിയാൽ മുട്ടോളം. പിന്നേം ചാടിയാൽ ചട്ടിയോളം."

"കറുത്തപെണ്ണേ ചാടിയാൽ മരമണ്ടയോളം;
പിന്നേം ചാടാതെ ചട്ടീല്."

കർഷകൻ കള്ളനെ പറ്റിച്ചേ

വേനലവധിയാരംഭിച്ചതോടെ കുട്ടികളെല്ലാം ഏറെ സന്തോഷത്തിലും ഉത്സാഹത്തിലുമാണ്. ഒരുദിവസം വൈകിട്ട് 4 മണിയായപ്പോൾ ദിച്ചുമോൻ മുറ്റത്തേക്കിറങ്ങിയതുകണ്ട് ശ്രീദേവി നീട്ടിവിളിച്ചു. “ദിച്ചൂ, പാലുകുടിച്ചിട്ട് കളിക്കാൻ പോകൂ.” “ശരിയമ്മേ, ഞാൻ ലക്ഷ്മിചേച്ചിയെ വിളിക്കാൻ പോവുകയാണ്. വേഗംവരാം.” അത്രയും പറഞ്ഞിട്ട് ദിച്ചു മോൻ അടുത്തുള്ള ലക്ഷ്മിയുടെ വീട്ടിലേക്ക് ഓടിപ്പോയി.

കെ കെ സൂപ്പർ മാർക്കറ്റിന്റെ ഉടമ രാമൻകുട്ടിയുടെ കൊച്ചുമകളാണ് ലക്ഷ്മി. അവളുടെ അച്ഛൻ സുധാകരന് ദുബായിലാണ് ജോലി. അവളുടെ അമ്മ, സുമിത്രയ്ക്ക് വീട്ടിലെ ജോലിയേക്കാൾ പ്രധാനം നാട്ടുകാര്യവും കുടുംബശ്രീ പ്രവർത്തനവുമാണ്. ആ നാട്ടിലെ ഏതുപ്രശ്നത്തിലും കയറി ഇടപെടുന്നതുകൊണ്ട് വക്കീൽ എന്നാണ് നാട്ടുകാർ സുമിത്രയ്ക്കിട്ടിരിക്കുന്ന പേര്.

രാജശേഖരന്റെ കൊച്ചുമകൾ ദിവ്യയും സുധാകരന്റെ മകൾ ലക്ഷ്മിയും ആത്മാർത്ഥസുഹൃത്തുക്കളാണ്. ആ രണ്ടുവീട്ടുകാരും നല്ല അടുപ്പത്തിലാണ്. അതുകൊണ്ട് രാജശേഖരനെ താടിയപ്പൂപ്പനെന്നും ദിവ്യ ജ്യോതിയെ ദിച്ചു എന്നുമാണ് ലക്ഷ്മി വിളിക്കുന്നത്. എട്ടാം ക്ലാസിൽ പഠിക്കുന്ന ലക്ഷ്മിയുടെ സ്വഭാവം എല്ലാവർക്കും ഇഷ്ടമാണ്.

ലക്ഷ്മിചേച്ചിയേയും വിളിച്ചുകൊണ്ട് ദിച്ചുമോൻ വീട്ടിൽ തിരിച്ചെത്തി. വളരെ തിരക്കുപിടിച്ച എന്തോ ജോലി ചെയ്യാനുള്ളതുപോലെ, അമ്മ കൊടുത്തപാല് ദിച്ചുമോൻ ഒറ്റവലിക്ക് കുടിച്ചിട്ട് ലക്ഷ്മിയുടെ കൈയിൽ തൂങ്ങി നടന്നു. "ചേച്ചിവരൂ. നമുക്ക് മുറ്റത്തുപോയിരുന്ന് കളിക്കാം. കളിയെല്ലാം കഴിഞ്ഞ് സന്ധ്യയായപ്പോൾ ലക്ഷ്മി തന്റെ വീട്ടിലേക്കുപോയി. അത്താഴമെല്ലാം കഴിഞ്ഞ് ദിച്ചുമോൻ നേരത്തെ കിടന്നുറങ്ങി. പിറ്റേദിവസം ഉറക്കമുണർന്നതും താമസിച്ചാണ്. അവധിക്കാലം തുടങ്ങിയതോടെ ദിച്ചുമോന്റെ ദിനചര്യകളെല്ലാം മാറി. കളിക്കുന്നതിലും കഥകൾ വായിക്കുന്നതിലും താടിയപ്പൂപ്പന്റെ കൂടെ ചുറ്റിയടിച്ചു നടക്കുന്നതിലും സന്തോഷം കണ്ടെത്തി.

വേനൽ അവധി തുടങ്ങിയിട്ട് രണ്ടാഴ്ച കഴിഞ്ഞു. അന്നൊരു ദിവസം ഉച്ചയൂണ് കഴിഞ്ഞ് താടിയപ്പൂപ്പന്റെയടുത്തിരുന്ന് ദിച്ചുമോൻ ലക്ഷ്മിയോടൊപ്പം കളിക്കുകയായിരുന്നു. "മോളേ, നാളെ വിഷുവാണ്. അപ്പൂപ്പൻ മറന്നുപോയെന്നാണ് തോന്നുന്നത്. കുറച്ച് സാധനങ്ങൾ വാങ്ങാനുണ്ടെന്ന് അപ്പൂപ്പനോട് പറയണേ." ദിച്ചുമോന്റെ അമ്മ, ശ്രീദേവി അടുക്കളയിൽനിന്നും വിളിച്ചുപറഞ്ഞു. അതുകേട്ടയുടനെ ദിച്ചുമോൻ മറുപടി കൊടുത്തു.

"അമ്മേ, അപ്പൂപ്പൻ എന്റെയടുത്തുതന്നെയുണ്ട്. അമ്മ പറഞ്ഞതുകേട്ടുകൊണ്ട് മിണ്ടാതിരിക്കുവാ ഈ കള്ളക്കുട്ടൻ." സന്തോഷം കൂടുമ്പോൾ അവൾ അങ്ങനെയാണ്. കള്ളക്കുട്ടാ, താടിക്കുട്ടാ, അപ്പുക്കുട്ടാ, എന്നെല്ലാമാണ് താടിയപ്പൂപ്പനെ വിളിക്കുന്നത്. അടുക്കളയിൽനിന്നും വീണ്ടും ശാരദാമ്മയുടെ ആധികാരികമായ ഓർഡർ വന്നു. "സാധനങ്ങളുടെ എല്ലാം ലിസ്റ്റ് എഴുതി കൊണ്ടുപോകണം. അല്ലെങ്കിൽ തിരിച്ചുവരുമ്പോൾ ആവശ്യമുള്ളതൊന്നും കാണത്തില്ല." "ഓ, ശരി, ചായകുടിച്ചിട്ട് ഇറങ്ങാം." രാജശേഖരൻ ഗൗരവത്തിലാണ് പറഞ്ഞതെങ്കിലും കൊച്ചുമകൾ അടുത്തുള്ളതുകൊണ്ട് ദേഷ്യപ്പെട്ടില്ല. അപ്പൂപ്പന്റെ കടിഞ്ഞാൺ കൊച്ചുമകളുടെ കൈയിലാണല്ലോ!

വൈകിട്ട് 4 മണിയായപ്പോൾ താടിയപ്പൂപ്പനും ദിച്ചുമോനും ലഘുഭക്ഷണവും കഴിഞ്ഞ് വാങ്ങാനുള്ള സാധനങ്ങളുടെ ലിസ്റ്റു

മെടുത്ത് പുറത്തേക്കുപോയി. കെ കെ സൂപ്പർ മാർക്കറ്റിൽനിന്ന് മിക്കവാറും സാധനങ്ങളെല്ലാം വാങ്ങിയിട്ട് അടുത്തുള്ള പഴക്കടയിലേക്ക് പോയി. അവിടെ ധാരാളം ഭംഗിയുള്ള മുന്തിരിക്കുലകൾ തൂക്കിയിട്ടിരിക്കുന്നു. അതുകണ്ടപ്പോൾ ദിച്ചുമോന് സന്തോഷമായി. "അപ്പൂപ്പാ, നമുക്ക് കുറച്ചു കൂടുതൽ മുന്തിരി കുലകളായിട്ട് വാങ്ങണം." അവൾ മുന്തിരിക്കുലകളുടെ അടുത്തേക്ക് ചെന്നു. പെട്ടെന്നു അവളുടെ മുഖത്തെ സന്തോഷം മങ്ങി. അവൾ അപ്പൂപ്പനോട് ഒട്ടിച്ചേർന്ന് കൈയിൽ തൂങ്ങിക്കൊണ്ട് ചോദിച്ചു. "അപ്പൂപ്പാ, അപ്പൂപ്പൻ ഈ മുന്തിരിക്കുല ശ്രദ്ധിച്ചില്ലേ! എല്ലാ മുന്തിരിയുടെയും പുറത്താകമാനം ഇളംനീലനിറത്തിലുള്ള എന്തോ ഒന്ന് ഉണങ്ങി പറ്റിപ്പിടിച്ചിരിക്കുന്നത് കണ്ടില്ലേ? അതുവല്ല വിഷവുമാണോ, അപ്പൂപ്പാ!" "സാധനങ്ങൾ എല്ലാം വാങ്ങി തിരിച്ചു പോകുമ്പോൾ മോൾക്ക് ഒരു കഥ പറഞ്ഞു തരാം. വെറും കഥയല്ല, അതൊരു നടന്ന സംഭവമാണ്. ആ സംഭവകഥ കേട്ടുകഴിയുമ്പോൾ കാര്യങ്ങൾ കൂടുതൽ മനസ്സിലാകും." അപ്പൂപ്പൻ അങ്ങനെ പറഞ്ഞുവെങ്കിലും ദിച്ചുമോന്റെ സംശയം കൂടിക്കൂടി വന്നു. മിക്ക പച്ചക്കറികളും പഴവർഗ്ഗങ്ങളും അമ്മ ഉപ്പുവെള്ളത്തിലോ വിനാഗിരിയിലോ കുറച്ചുസമയം മുക്കിവെച്ചശേഷം വൃത്തിയായി കഴുകിയിട്ടാണ് ഉപയോഗിക്കുന്നത്. അവയിൽ പറ്റിയിരിക്കാൻ സാദ്ധ്യതയുള്ള വിഷാംശം നീക്കം ചെയ്യാനാണ് അങ്ങനെ ചെയ്യുന്നതെന്നും അമ്മ പറഞ്ഞുകൊടുത്തിട്ടുണ്ട്.

മുന്തിരിയുൾപ്പെടെ പലസാധനങ്ങളും വാങ്ങി താടിയപ്പൂപ്പനും ദിച്ചുമോനും കടയിൽ നിന്നുമിറങ്ങി നടന്നു. കഥകേൾക്കാനുള്ള അവളുടെ ആകാംക്ഷ കുറച്ചൊന്നുമല്ലായിരുന്നു. "കഥ പറയാമെന്നു പറഞ്ഞിട്ട് അപ്പൂപ്പൻ എന്താണ് ഇത്ര ആലോചിക്കുന്നത്." "വിഷു ദിനത്തിലേക്കാവശ്യമായ എല്ലാ സാധനങ്ങളും വാങ്ങിയിട്ടുണ്ടോയെന്ന് അപ്പൂപ്പൻ ആലോചിക്കുകയായിരുന്നു. ഓ കണിക്കൊന്നയുടെ പൂവാണ് പ്രധാനം. അത് നമ്മുടെ അടുത്ത വീട്ടിലെ രാജപ്പൻ കൊണ്ടുവരാറാണ് പതിവ്." ഈ പറഞ്ഞതിലൊന്നുമായിരുന്നില്ല ദിച്ചുമോന്റെ മനസ്സ്. "ഇനിയും ഒന്നും വാങ്ങിക്കാനില്ലപ്പൂപ്പാ. മുന്തിരിയുടെ പുറത്തു പറ്റിപ്പിടി

ച്ചിരിക്കുന്ന സാധനത്തെക്കുറിച്ചുള്ള കഥ പറയൂ."

ശാസ്ത്രപരമായ കാര്യങ്ങൾ കഥാരൂപത്തിൽ കുട്ടികൾക്ക് പറഞ്ഞു കൊടുക്കാൻ രാജശേഖരന് വലിയ താല്പര്യമാണ്. തനിക്കറിയാവുന്ന കാര്യങ്ങൾ പൊടിപ്പും തൊങ്ങലുംവെച്ച് വിശദീകരിക്കാൻ അല്പം സാമർത്ഥ്യം കൂടുതലാണെന്ന് ശാരദാമ്മ ഇടയ്ക്കിടെ കളിയാക്കാറുണ്ട്. ദിച്ചുമോന്റെ കൈയും പിടിച്ച് താടിയപ്പൂപ്പൻ വഴിയരികിലൂടെ മെല്ലെ നടന്നു. "താടിയപ്പൂപ്പൻ ഇനിയും പറയാൻ പോകുന്നത് രസകരമായ ഒരു സംഭവകഥയാണ്." കഥ കേൾക്കാനുള്ള ദിച്ചുമോന്റെ ആകാംക്ഷ അതിന്റെ പാരമ്യത്തിലെത്തി. "ഓ, ശരി. അപ്പൂപ്പൻ വേഗമൊന്നു പറയൂ." "ശരി കേട്ടോളൂ. താടിയപ്പൂപ്പൻ ഗൗരവത്തോടും അടുക്കും ചിട്ടയോടും ആ സംഭവകഥ പറയാൻ തുടങ്ങി.

പണ്ട്, ഫ്രാൻസിൽ ഡോ. പി എം എ മില്ലാഡെ (Pierre-Marie-Alexis Millardet) എന്നൊരു ശാസ്ത്രജ്ഞനുണ്ടായിരുന്നു. അദ്ദേഹത്തിന്റെ വിദ്യാഭ്യാസം പ്രധാനമായും ജർമ്മനിയിലും ഫ്രാൻസിലുമായിരുന്നു. ജർമ്മൻ സർവ്വകലാശാലയിലെ പഠനം പൂർത്തിയാക്കിയശേഷം ഫ്രാൻസിൽ എത്തി. അവിടെ അദ്ദേഹം പഠനം തുടർന്നു. അങ്ങനെ ഡോക്ടറേറ്റ് ഡിഗ്രി അതായത് പി എച്ച് ഡി കരസ്ഥമാക്കി. 1869 ൽ ഫ്രാൻസിലെ സ്ട്രാസ്ബർഗ് (Strasbourg) സർവ്വകലാശാലയിലെ സസ്യശാസ്ത്രവിഭാഗത്തിൽ അസി. പ്രൊഫസറായി ഡോ. മില്ലാഡെ ജോലിയിൽ പ്രവേശിച്ചു. അവിടെ അദ്ധ്യാപനത്തോടൊപ്പം ഗവേഷണവും നടത്തിയിരുന്നു. പിന്നീട്, 1876 ൽ ഫ്രാൻസിലെ ബോർഡോ (Bordeaux) സർവ്വകലാശാലയിൽ സസ്യശാസ്ത്ര വിഭാഗം പ്രൊഫസറായി ജോലിയിൽ പ്രവേശിച്ചു. ജോലിയിൽനിന്നു വിരമിക്കുന്നതുവരെ, ഡോ. മില്ലാഡെ ബോർഡോ സർവ്വകലാശാലയിലായിരുന്നു. ഈ കാലയളവിൽ ഗവേഷണപ്രിയനായ ഡോ. മില്ലാഡെ ഒരു അദ്ധ്യാപകനെന്നതിലുപരി എല്ലാവരും ആദരിക്കുന്ന പ്രശസ്ത ശാസ്ത്രജ്ഞനായി പേരെടുത്തു." അത്രയും കാര്യങ്ങൾ കഥയുടെ ആമുഖമെന്ന രീതിയിൽ പറഞ്ഞശേഷം, രാജശേഖരൻ കഥയുടെ പ്രസക്ത ഭാഗങ്ങളിലേക്കു

കടന്നു.

"മില്ലാഡെ നല്ല നിരീക്ഷണ പാടവമുള്ള ഒരുശാസ്ത്രജ്ഞ നായിരുന്നു. സമയം കിട്ടുമ്പോഴെല്ലാം. സായാഹ്നസവാരിക്കു പോകുക പ്രൊഫ. മില്ലാഡെയ്ക്ക് വളരെ ഇഷ്ടമുള്ള വിനോദമാ യിരുന്നു. ചില സന്ദർഭങ്ങളിൽ വിദ്യാർത്ഥികളും അദ്ദേഹത്തിന്റെ ഒപ്പം കൂടും. പലതും പഠിക്കാനുള്ള നല്ല ഒരു അവസരമായി ഈ സായാഹ്നസവാരി വിദ്യാർത്ഥികൾ പ്രയോജനപ്പെടുത്തി.

ഫ്രാൻസ് എന്ന രാജ്യം മുന്തിരി കൃഷിക്ക് വളരെ പ്രസിദ്ധ മാണല്ലോ! 1882 ൽ ഒരു ദിവസം വൈകിട്ട് ഫ്രാൻസിലെ മെഡോക് (Medoc) എന്ന ഗ്രാമപ്രദേശത്തെ വഴികളിലൂടെ പ്രൊഫസർ മില്ലാഡെ നടക്കുകയായിരുന്നു. വഴിയുടെ രണ്ടുവശങ്ങളിലുമുള്ള മുന്തിരിത്തോട്ടങ്ങളെ സശ്രദ്ധം വീക്ഷിച്ചു കൊണ്ടു നടന്ന പ്രൊഫസർ എന്തോ അത്ഭുതം കണ്ടപോലെ പെട്ടെന്നു നിന്നു. അദ്ദേഹം വേലിക്കരികിലേക്ക് ചെന്ന് മുന്തിരിച്ചെടികളെ സസൂക്ഷ്മം നിരീക്ഷിച്ചു. അത്ഭുതാവഹമായ ഒരു കാഴ്ചയാ ണ് അവിടെ അദ്ദേഹത്തിന് കാണാൻ സാധിച്ചത്. തോട്ടത്തി നുൾഭാഗത്തുള്ള മുന്തിരി വള്ളികളിലെ മിക്ക ഇലകളും മിൽഡ്യൂ എന്ന കുമിൾ രോഗം ബാധിച്ച് കൊഴിഞ്ഞുപോയിരിക്കുന്നതായി മില്ലാഡെ മനസ്സിലാക്കി. പക്ഷേ, അതായിരുന്നില്ല. അദ്ദേഹത്തെ ആശ്ചര്യപ്പെടുത്തിയത്. അതേ മുന്തിരിത്തോട്ടങ്ങളിലെതന്നെ വേലിക്കരികിലുള്ള വള്ളികളിലെ ഇലകളെല്ലാം യാതൊരു കുഴ പ്പവുമില്ലാതെ നല്ല ആരോഗ്യത്തോടെ നില്ക്കുന്നു. ഇത് അദ്ദേ ഹത്തെ ചിന്താക്കുഴപ്പത്തിലാക്കി. അപ്പോൾ വളരെ ആകാംക്ഷ യോടെ വേലിയുടെ അടുത്തു ചെന്ന് മുന്തിരിവള്ളികളെ വീണ്ടും നിരീക്ഷിച്ചു. വേലിക്കരികിലുള്ള മുന്തിരിച്ചെടികളിലാകമാനം ഇളം നീല നിറത്തിൽ വിഷം പോലെയുള്ള എന്തോ തളിച്ചിരി ക്കുന്നതായി കണ്ടു. എന്നാൽ തോട്ടത്തിനുള്ളിലുള്ള മുന്തിരി ച്ചെടികളിലൊന്നും ഇത് തളിച്ചിട്ടില്ലായിരുന്നു.വീണ്ടും വീണ്ടും ആലോചിച്ചിട്ടും പ്രൊഫസർക്ക് ഒരു അന്തിമ നിഗമനത്തിലെ ത്താൻ സാധിച്ചില്ല.

പ്രൊഫസർ നിരീക്ഷിച്ചുകൊണ്ടിരുന്ന തോട്ടത്തിനു തൊട്ട

ടുത്തുള്ള മുന്തിരിത്തോട്ടം, ജോൺസ്റ്റൺ എന്ന ധനികന്റേതായിരുന്നു. ജോൺസ്റ്റണിന്റെ എസ്റ്റേറ്റിലെ കാര്യസ്ഥനായ മാ ഡേവിഡ് (Ma David) പ്രൊഫ. മില്ലാഡെയുടെ ഉറ്റ സുഹൃത്തായിരുന്നു. അതുകൊണ്ട് ഡേവിഡിനോട് ചോദിച്ചാൽ കാര്യങ്ങൾ വിശദമായി അറിയാമെന്ന് മില്ലാഡെ ഊഹിച്ചു. ഉടനെതന്നെ അദ്ദേഹം ഡേവിഡിനെ സമീപിച്ചു. സൗഹൃദ സംഭാഷണം ഏതാനും ചുരുങ്ങിയ വാചകങ്ങളിൽ ഒതുക്കി പ്രൊഫ. മില്ലാഡെ കാര്യത്തിലേക്കു കടന്നു. “മിസ്റ്റർ ഡേവിഡ്, എനിക്ക് ഒരു പ്രധാനകാര്യം അറിയണമെന്നുണ്ടായിരുന്നു. അതിനാണ് മുഖ്യമായും ഞാൻ ഇപ്പോൾ താങ്കളെ കാണാൻ വന്നത്.” മില്ലാഡെയുടെ തോളിൽ തട്ടിചിരിച്ചുകൊണ്ട് ഡേവിഡ് പറഞ്ഞു. “അതിനെന്താ താങ്കൾക്ക് എന്തുവേണമെങ്കിലും എന്നോടു ചോദിക്കാമല്ലോ!” പ്രൊഫസറുടെ മനസ്സിൽ വെമ്പൽ കൊള്ളുകയായിരുന്ന ആ വിഷയം അദ്ദേഹം അവതരിപ്പിച്ചു. “ഈ വഴിയരികിലുള്ള മുന്തിരിച്ചെടികളിൽ നിങ്ങൾ എന്താണ് തള്ളിച്ചിരിക്കുന്നത്? അത് എന്തിനു വേണ്ടിയാണ് തളിച്ചത്. എന്നാൽ തോട്ടത്തിനുള്ളിലുള്ള മുന്തിരികളിൽ താങ്കൾ ഒന്നും തളിച്ചതായി കാണുന്നില്ലല്ലോ. ഇതുതന്നെയാണല്ലോ ഈ പ്രദേശത്തെ എല്ലാ മുന്തിരിത്തോട്ടങ്ങളുടെയും അവസ്ഥ.” പ്രൊഫ. മില്ലാഡെയുടെ ആശ്ചര്യവും ആകാംക്ഷയും കണ്ട് ഡേവിഡിന് ചിരി വന്നു. ഈ നിസ്സാരകാര്യത്തിൽ പ്രശസ്തനായ ഈ ശാസ്ത്രജ്ഞന് എന്തിനാണ് ഇത്ര വേവലാതിപ്പെടുന്നതും ചിന്തിക്കുന്നതുമെന്ന് ഡേവിഡ് വിചാരിച്ചു. പക്ഷേ, പ്രൊഫസർക്ക് അത് നിസ്സാരമായിരുന്നില്ല. ഏതായാലും തോട്ടം കാര്യസ്ഥനായ ഡേവിഡ് ചിരിച്ചുകൊണ്ട് വിശദമായി പറഞ്ഞു.

“വളരെ നാളായി, മെഡോക് എന്ന ഈ പ്രദേശത്ത് വഴിയരികിലുള്ള മുന്തിരിച്ചെടികളിൽനിന്നും മുന്തിരിക്കുലകൾ ധാരാളമായി മോഷണം പോകുന്നത് ഒരു വലിയ പ്രശ്നമായി മാറി. രാവിലെയും വൈകിട്ടും ഇത് വഴിപോകുന്ന സ്കൂൾ കുട്ടികളും മറ്റ് വഴിപോക്കരും വേലിയുണ്ടെങ്കിലും വഴിയരികിലുള്ള മുന്തിരിവള്ളികളിൽനിന്നും മുന്തിരിക്കുലകൾ അടർത്തിക്കൊണ്ടു

പോകുന്നത് ഒരു പതിവായി. ഇത് തോട്ടം ഉടമകൾക്ക് വലിയ നഷ്ടമുണ്ടാക്കി. അതുകൊണ്ട് ഈ പ്രദേശത്തുള്ള കർഷക രെല്ലാവരും കൂടി ചേർന്ന് ഇതിന് എന്താണൊരു പോംവഴി എന്നാലോചിച്ചു. മുന്തിരിക്കുലകൾ മോഷ്ടിക്കുന്നവർ അതു ഭക്ഷിക്കുമെന്നുള്ളതു കൊണ്ട് വിഷം തളിക്കുന്നതിനോട് ആർക്കും യോജിപ്പില്ലായിരുന്നു. കാരണം, അത് വലിയ അപടത്തിലായിരിക്കും കലാശിക്കുക. അവസാനം അവർ ഒരു തീരുമാനത്തിലെത്തി. വിഷമല്ലെങ്കിലും വിഷമാണെന്നു തോന്നിക്കുന്ന എന്തെങ്കിലും വഴിയരികിലുള്ള മുന്തിരിച്ചെടികളിൽ തളിക്കണം. അങ്ങനെ, തുരിശും (Copper Sulphate) നീറ്റുകക്കയും/കുമ്മായം (Quick lime) വെള്ളത്തിൽ കലർത്തിയുണ്ടാക്കിയ മിശ്രിതം വഴിയരികിലുള്ള മുന്തിരിച്ചെടികളിൽ മാത്രം തളിച്ചു. ഇത് ഇവിടെയുള്ള എല്ലാ കർഷകരും ഒരു പതിവാക്കി. ഇളം നീല നിറത്തിലുള്ള മിശ്രിതത്തിൽ കുമ്മായത്തിന്റെ അംശമുള്ളതുകൊണ്ട് മുന്തിരിക്കുലകളിലും ഇലകളിലും മറ്റും നന്നായിപറ്റിപ്പിടിച്ചിരിക്കും. ചുരുക്കിപ്പറഞ്ഞാൽ ഈ മിശ്രിതം ഉണങ്ങിക്കഴിയുമ്പോൾ മുന്തിരിച്ചെടികളിലാകമാനം ഇളം നീല നിറത്തിലുള്ള എന്തോ പറ്റിപ്പിടിച്ചിരിക്കുന്നതായി വ്യക്തമായി കാണാൻ സാധിക്കും. തുരിശുപയോഗിക്കുന്നതുകൊണ്ടുണ്ടാകുന്ന നീലനിറം കാണുന്ന വഴിപോക്കർ ഏതോ കൊടിയ വിഷം തളിച്ചിട്ടുണ്ടെന്നു കരുതി മുന്തിരിക്കുലകൾ എടുക്കാതെയായി. അങ്ങനെ മോഷണം പോകുന്നത് പൂർണ്ണമായും തടയാൻ സാധിച്ചു. നല്ല ഉറപ്പും ബലവുമുള്ള വേലിയുള്ളതുകൊണ്ട് തോട്ടത്തിനുള്ളിലേക്ക് ആരും പ്രവേശിച്ചിരുന്നില്ല. അതുകൊണ്ടാണ് തോട്ടത്തിനുള്ളിലുള്ള ചെടികളിൽ ഈ മിശ്രിതം തളിക്കാതിരുന്നത്."

താടിയപ്പൂപ്പന്റെ നീണ്ടകഥ കേട്ടുകൊണ്ടിരുന്ന ദിച്ചുമോൻ പറഞ്ഞു. "അപ്പോൾ അപ്പൂപ്പൻ പറയുന്നത് കർഷകൻ കള്ളനെ പറ്റിച്ച കഥയാണല്ലോ!" "അതേ മോളെ അങ്ങനെയാണ് ഫ്രാൻസിലെ കർഷകർ കള്ളനെ പറ്റിച്ചത്." എന്നു പറഞ്ഞുകൊണ്ട് രാജശേഖരൻ കഥയുടെ പ്രസക്ത ഭാഗങ്ങളിലേക്ക് കടന്നു.

കർഷകർക്കും ഡേവിഡ് എന്ന തോട്ടം കാര്യസ്ഥനും മുന്തി

രിമോഷണം തടയുന്നതിൽ മാത്രമായിരുന്നു താല്പര്യമെങ്കിലും പ്രൊഫ. മില്ലാഡെയുടെ ചിന്ത മറ്റൊന്നായിരുന്നു. കുമിൾ രോഗം ബാധിച്ച് തോട്ടത്തിനുള്ളിലുള്ള മുന്തിരിച്ചെടികളിലെ ഇലകൾ കൊഴിഞ്ഞുപോയപ്പോൾ എന്തുകൊണ്ടാണ് വഴിയരികിലുള്ള ചെടികളിൽ തുരിശും കുമ്മായവും ചേർത്തുണ്ടാക്കിയ മിശ്രിതം തളിച്ചപ്പോൾ കുമിൾ രോഗം ബാധിക്കാതിരുന്നത്? അദ്ദേഹത്തിന്റെ ഈ ചിന്ത സസ്യരോഗ നിയന്ത്രണത്തിലെ ഒരുപ്രധാന കണ്ടുപിടുത്തത്തിന് വഴിതെളിച്ചു.

പ്രൊഫ. മില്ലാഡെയും തന്റെ സഹപ്രവർത്തകനും രസതന്ത്രജ്ഞനുമായ യു. ഗയോണി (U Gayon) നൊപ്പം മുന്തിരിയെ ബാധിക്കുന്ന മിൽഡ്യൂ എന്ന കുമിൾരോഗ നിയന്ത്രണത്തിൽ ഗവേഷണമാരംഭിച്ചു. വ്യത്യസ്ത അളവിൽ തുരിശും കുമ്മായവും വെള്ളത്തിൽ കലർത്തി തയ്യാറാക്കിയ മിശ്രിതം പല ആവർത്തി മുന്തിരിത്തോട്ടങ്ങളിൽ തളിച്ച് പരീക്ഷിച്ചു. അങ്ങനെ, ചിട്ടയായി നടത്തിയ ഗവേഷണത്തിലൂടെ ഈ മിശ്രിതത്തിന് മുന്തിരിയുടെ മിൽഡ്യൂ രോഗത്തെ ഫലപ്രദമായി നിയന്ത്രിക്കാമെന്ന് സ്ഥിരീകരിച്ചു. നിശ്ചിത അളവിൽ തുരിശും കുമ്മായവും വെള്ളത്തിൽ കലർത്തിയുണ്ടാക്കിയ മിശ്രിതത്തിന്, ബോഡോ സർവ്വകലാശാലയിലെ പ്രൊഫസറായ ഡോ. മില്ലാഡെ ബോഡോ മിശ്രിതം (Bordeaux Mixture) എന്ന് പേരിട്ടു.

ബോഡോ മിശ്രിതത്തിന്റെ യാദൃച്ഛികമായ കണ്ടുപിടിത്തവും ഗവേഷണ വിജയവും സസ്യരോഗങ്ങളെക്കുറിച്ചും അവയുടെ നിയന്ത്രണത്തെക്കുറിച്ചുമുള്ള ഗവേഷണത്തിൽ സുപ്രധാന വഴിത്തിരിവായി. അധികം താമസിയാതെതന്നെ ബോഡോ മിശ്രിതം മറ്റനേകം സസ്യരോഗങ്ങളെ നിയന്ത്രിക്കുന്ന ഒരു ദിവ്യഔഷധമായി മാറി. അങ്ങനെ ബോഡോ മിശ്രിതം ലോകമാസകലമുപയോഗിക്കുന്ന ആദ്യ കുമിൾനാശിനിയായി. ഇന്നും ഈ കുമിൾനാശിനി പല സസ്യരോഗങ്ങളെയും ഫലപ്രദമായി നിയന്ത്രിക്കുന്നതിന് ഉപയോഗിക്കുന്നു. കർഷകർക്കുതന്നെ ഈ കുമിൾനാശിനി തയ്യാറാക്കാമെന്നു മാത്രമല്ല ജൈവകൃഷിയായാലും ബോഡോ മിശ്രിതം ഉപയോഗിക്കാമെന്നത് എടുത്തുപറയേണ്ട

പ്രത്യേകതകളാണ്."

താടിയപ്പൂപ്പന്റെ മാരത്തോൺ നീളത്തിലുള്ള കഥ ദിച്ചുമോന് ഇഷ്ടപ്പെട്ടു. കർഷകർ മിടുക്കരായതുകൊണ്ടല്ലേ അവർ കള്ളനെ പറ്റിച്ചതും മുന്തിരിയെ കുമിൾരോഗത്തിൽനിന്ന് രക്ഷപ്പെടുത്താനുള്ള സൂചന നല്കിയതും. അതോടൊപ്പം പ്രൊഫ. മില്ലാഡെ സാറിന്റെ ബുദ്ധിയും നിരീക്ഷണപാടവും ഗവേഷണതാല്പര്യവും കൂടിയായപ്പോൾ സസ്യരോഗ ശാസ്ത്രത്തിന് ഈ കണ്ടുപിടുത്തം ഒരു മുതൽക്കൂട്ടായി. ഇങ്ങനെ പല കാര്യങ്ങളും ദിച്ചുമോന്റെ മനസ്സിലൂടെ കടന്നുപോയപ്പോൾ ചില സംശയങ്ങൾ ഉണ്ടായി. "അപ്പൂപ്പാ, ഈ ചെടിയുടെ ഡോക്ടർമാരെ മരഡോക്ടർ എന്നാണോ വിളിക്കുന്നത്?" അതുകേട്ടപ്പോൾ താടിയപ്പൂപ്പന് ചിരിയടക്കാൻ കഴിഞ്ഞില്ല. "അല്ല ദിച്ചുമോനെ, സസ്യരോഗ വിഭാഗത്തിൽ പ്രവർത്തിക്കുന്ന ശാസ്ത്രജ്ഞന്മാരെ പൊതുവെ സസ്യരോഗ ശാസ്ത്രജ്ഞൻ, സസ്യരോഗവിദഗ്ദ്ധൻ എന്നൊക്കെയാണ് പറയുക." ദിച്ചുമോന്റെ അടുത്ത സംശയം: "അപ്പൂപ്പാ, അപ്പോൾ നമ്മൾ വാങ്ങിയ മുന്തിരിക്കുലകളിൽ കണ്ടത് ബോഡോ മിശ്രിതം എന്ന കുമിൾ നാശിനിയാണോ? അത് വളരെ പ്രാധാന്യമർഹിക്കുന്ന ഒരു ചോദ്യമാണെന്ന് രാജശേഖരന് തോന്നി. "അങ്ങനെ പറയാൻ പറ്റുകയില്ല. ഇന്ന് സസ്യങ്ങളുടെ രോഗങ്ങളെയും കീടങ്ങളെയും നിയന്ത്രിക്കാൻ പലതരം കുമിൾ നാശിനികളും കീടനാശിനികളും ഉപയോഗിക്കുന്നുണ്ട്. അതുകൊണ്ട് മുന്തിരിക്കുലകളിൽ കണ്ടത്, പരിശോധിച്ചുനോക്കിയാൽ മാത്രമേ എന്താണെന്നറിയാൻ സാധിക്കൂ."

താടിയപ്പൂപ്പന്റെ സംഭവകഥ കേട്ട് രസിച്ചുകൊണ്ട് നടന്ന ദിച്ചുമോൻ വീട്ടിലെത്തിയത് അറിഞ്ഞതേയില്ല. വനമാലിയുടെ മുറ്റത്തെത്തിയപ്പോൾ ദാ അവിടെ രാജപ്പൻ കണിക്കൊന്ന പൂക്കളുമായി അവരേയും കാത്തുനില്ക്കുന്നു. അവനെ കണ്ടമാത്രയിൽ രാജശേഖരൻ ചോദിച്ചു. "എടാ, രാജപ്പാ, നീ ഇത്രവേഗം കൊന്നപ്പൂവുമായി എത്തിയോ?" രാജശേഖരൻ കൊന്നപ്പൂക്കൾ വാങ്ങിയിട്ട് 50 രൂപ രാജപ്പന് കൊടുത്തുകൊണ്ട് പറഞ്ഞു. "ഞങ്ങൾ വാങ്ങിക്കൊണ്ടുവന്ന സാധനങ്ങളെല്ലാമെടുത്ത് അടു

ക്കളയിൽ കൊണ്ടുവച്ചിട്ട് നീ നാളെ വരണം. വിഷുക്കൈനീട്ടം തരാം." ശരി സാറെയെന്നു പറഞ്ഞുകൊണ്ട് രാജപ്പൻ സാധനങ്ങൾ എല്ലാം എടുത്ത് അടുക്കളയിൽകൊണ്ടുവെച്ചു. അപ്പോഴേക്കും ദിച്ചുമോൻ ഓടി അടുക്കളയിലെത്തി "ഓ, അപ്പൂപ്പനെ ആരെങ്കിലും കളിപ്പിച്ചുകാണും അതുപറയാനായിരിക്കും ദിച്ചുമോൻ ഓടിവന്നത്." ശാരദാമ്മ, ശ്രീദേവിയോടു പറഞ്ഞു. എന്നാൽ അതായിരുന്നില്ല കാര്യം. "അമ്മാ, മുന്തിരി കുലയോടെ വാങ്ങിയിട്ടുണ്ട്. പക്ഷേ, അതിൽ ബോഡോ മിശ്രിതംപോലെ എന്തോ പറ്റിപ്പിടിച്ചിരിപ്പുണ്ട്. അതുകൊണ്ട് നല്ലതുപോലെ കഴുകിയിട്ടുവേണം ഉപയോഗിക്കാനെന്ന് അപ്പൂപ്പൻ പറഞ്ഞു." ദിച്ചുമോൻ അത്രയും കാര്യങ്ങൾ ഒറ്റശ്വാസത്തിൽ പറഞ്ഞു.

കൊന്നപൂക്കളുമായി, താടിയപ്പൂപ്പൻ അടുക്കളയിലെത്തി. ഭർത്താവിനെ കണ്ടമാത്രയിൽ ശാരദാമ്മ ഊറിയ ചിരിയോടെ കുറ്റപ്പെടുത്താൻ തുടങ്ങി.

"എന്തോന്ന് മിശ്രിതവും കൊണ്ടാ വന്നിരിക്കുന്നത്? നിങ്ങൾക്ക് ഈ മിശ്രിതവും മറ്റും പറ്റിപ്പിടിച്ചിരിക്കുന്ന മുന്തിരിയെ കിട്ടിയുള്ളോ? നല്ലതൊന്നും അവിടെങ്ങുമില്ലായിരുന്നോ? ബോഡോ മിശ്രിതത്തെക്കുറിച്ചുള്ള ശാരദാമ്മയുടെ അജ്ഞതയോർത്ത് താടിയപ്പൂപ്പനും ദിച്ചുമോനും മുഖാമുഖം നോക്കിപ്പൊട്ടിച്ചിരിച്ചു.

ചെടികൾ ഐസൊലേഷൻ വാർഡിൽ

ഈ വർഷം കാലവർഷം കടുക്കുമെന്നാണ് കാലാവസ്ഥാ നിരീക്ഷണ കേന്ദ്രം പ്രവചിച്ചിരിക്കുന്നത്. ജൂൺ ഒന്നാം തീയതി തുടങ്ങിയ മഴയാണ് ഒരു ശമനവുമില്ല. എന്തൊരു മഴയാണ്. തുള്ളിക്ക് ഒരു കുടം എന്ന കണക്കിൽ തുമ്പിക്കൈ വണ്ണത്തിലല്ലേ പെയ്യുന്നത്. ജൂലായ് 15-ാം തീയതിയായിട്ടും മഴയ്ക്ക് ഒരു ശമന വുമില്ല. നദികളെല്ലാം കരകവിഞ്ഞൊഴുകുകയാണ്. പലയിടങ്ങ ളിലും വെള്ളം കയറി കൃഷി നശിച്ചു. വെള്ളപ്പൊക്കത്തിൽ ഏതാ നും വീടുകൾക്കും നാശനഷ്ടമുണ്ടായി. ഏതായാലും വിദ്യാല യങ്ങൾക്കെല്ലാം 10 ദിവസത്തെ അവധി പ്രഖ്യാപിച്ചത് എത്ര നന്നായി. വരാന്തയിൽ ചാരുകസേരയിലിരിക്കുന്ന രാജശേഖരൻ നരച്ച താടിയും തടവി അങ്ങനെ ഓരോന്ന് ആലോചിച്ചുകൊണ്ട് മുറ്റത്തേക്ക് നോക്കിയിരുന്നു.

സമയം 11.30 "എടീ ഉച്ചതോർച്ചയാണെന്നു തോന്നുന്നു. മഴ യൊന്നു മാറി. മോശമല്ലാത്ത വെയിലുമുണ്ട്. ഞാനൊന്ന് നമ്മുടെ അടുക്കളത്തോട്ടത്തിലേക്കിറങ്ങുവാ. പച്ചക്കറി കൃഷി എങ്ങനെ യുണ്ടെന്ന് നോക്കട്ടെ." രാജശേഖരൻ തന്റെ ഭാര്യ ശാരദാമ്മ കേൾക്കാനാണ് വിളിച്ചു പറഞ്ഞത്. എന്നാൽ ശാരദാമ്മ അടു ക്കളയിലായിരുന്നതുകൊണ്ട് ഒന്നും കേട്ടതുമില്ല. പക്ഷേ, അടുത്ത

മുറിയിലിരുന്ന ദിച്ചുമോൻ എല്ലാം കേട്ടുകൊണ്ട് അപ്പൂപ്പന്റെ അടുത്തേക്ക് ഓടിവന്നു. "താടിയപ്പൂപ്പൻ ആരോടാ ഈ പറയുന്നത്. അമ്മൂമ്മ അടുക്കളയിലോ മറ്റോ ആണ്. പറഞ്ഞതൊന്നും കേട്ടുകാണത്തില്ല." അവൾ ചിരിച്ചുകൊണ്ട് അപ്പൂപ്പന്റെ മുഖത്തേക്കു നോക്കിനിന്നു. "അതിനെന്താ ദിച്ചുമോൻ കേട്ടല്ലോ? അതുമതി. നമ്മുടെ പച്ചക്കറി കൃഷി എങ്ങനെയുണ്ടെന്നു നോക്കാൻ വരുന്നോ?" കൊച്ചുമകൾ തന്റെയൊപ്പം വരണമെന്ന ആഗ്രഹത്തോടെ രാജശേഖരൻ ദിച്ചുമോന്റെ മുഖത്തേക്കു നോക്കി. "ശരിയപ്പൂപ്പാ. എന്നാൽ ഒരുകാര്യം ചെയ്യാം. താടിയപ്പൂപ്പൻ അടുക്കളത്തോട്ടത്തിലേക്കു നടന്നോളൂ നമുക്ക് രണ്ടുപേർക്കും ഓരോ ചോക്ലേറ്റ് എടുത്തിട്ട് ഞാൻ അവിടെ വരാം. പറഞ്ഞു തീരുന്നതിനു മുൻപു തന്നെ അവൾ ഊണുമുറിയിലെ ഫ്രിഡ്ജിനടുത്തേക്ക് ഓടി.

വീടിന്റെ കിഴക്കു ഭാഗത്തായി രാജശേഖരന്റെ ചെറിയ അടുക്കളത്തോട്ടം. വെണ്ട, വഴുതന, തക്കാളി, ചീര, പച്ചമുളക് മുതലായ പച്ചക്കറികൾ ഗ്രോബാഗിലും ചെടിച്ചട്ടിയിലുമായി നട്ടിരിക്കുന്നു. അടുക്കളത്തോട്ടത്തിനടുത്തെത്തിയപ്പോൾ രാജശേഖരന്റെ മുഖത്തെ സന്തോഷമെല്ലാം മാഞ്ഞുപോയി. അവിടവിടെയായി ചില ചെടികൾ വാടി നില്ക്കുന്നു. ചെടികളെയെല്ലാം സൂക്ഷ്മമായി നിരീക്ഷിച്ചു. അപ്പോഴേക്കും താടിയപ്പൂപ്പായെന്നു വിളിച്ചുകൊണ്ട് ദിച്ചുമോൻ ചോക്ലേറ്റുമായി അടുക്കളത്തോട്ടത്തിൽ എത്തി. ചെടികളെ പരിശോധിക്കുന്ന താടിയപ്പൂപ്പന്റെ കൈയിൽ മണ്ണും മറ്റും പറ്റിയിരിക്കുന്നതുകൊണ്ട് അവൾ ഒരു ചോക്ലേറ്റ് അപ്പൂപ്പന്റെ വായിൽ ഇട്ടുകൊടുത്തു എന്നിട്ട് അപ്പൂപ്പൻ ചെയ്യുന്നത് ശ്രദ്ധിച്ചുനിന്നു.

അടുക്കളത്തോട്ടത്തിലെ ചില ചെടികളുടെ ഏതാനും ഇലകളും ശാഖകളും വാടി നില്ക്കുന്നു. ചുരുക്കം ചില ചെടികൾ മൂടുചീയൽ ബാധിച്ച് പൂർണ്ണമായി വാടിത്തൂങ്ങി നില്ക്കുന്നു. രോഗം ബാധിച്ച ചെടികളെയെല്ലാംകൂടി താടിയപ്പൂപ്പൻ ഒരു ഭാഗത്തേക്കു മാറ്റിവെച്ചു. അതെന്തിനാണെന്ന് ദിച്ചുമോന് മനസ്സിലായില്ല. "അപ്പൂപ്പൻ എന്തെടുക്കുവാ? എന്തിനാ കുറച്ചു ചെടി

യെല്ലാം എടുത്തു മാറ്റിയത്?" അവളുടെ സംശയം ന്യായമാണെന്ന് രാജശേഖരന് അറിയാം. അതു പറഞ്ഞുതരാം. അതിനു മുൻപ് രണ്ടോ മൂന്നോ തുണിസഞ്ചിയോ പേപ്പർ കവറോ അമ്മൂമ്മയുടെ കൈയിൽനിന്നും വാങ്ങിക്കൊണ്ടുവരൂ. എന്നിട്ട് ഞാൻ എന്താണ് ചെയ്യാൻ പോകുന്നതെന്ന് ശ്രദ്ധിക്കണം."

കടകളിൽനിന്നും സാധനങ്ങൾ വാങ്ങിക്കൊണ്ടുവരുമ്പോൾ കിട്ടുന്ന സഞ്ചിയും കവറും മറ്റും ശാരദാമ്മ സൂക്ഷിച്ചു വയ്ക്കാറുണ്ട്. ദിച്ചുമോൻ ഓടി അമ്മൂമ്മുടെ അടുത്തുചെന്ന് തന്റെ ആവശ്യം ഉന്നയിച്ചു. "അമ്മൂമ്മേ, അമ്മൂമ്മയ്ക്ക് ആവശ്യമില്ലാത്ത രണ്ട് തുണി സഞ്ചിതരൂ." "എന്തിനാ മോളേ, കളിക്കാനാണോ? എന്നു ചോദിച്ചുകൊണ്ട് ശാരദാമ്മ സഞ്ചികൾക്കായി പാതകത്തിന്റെ അടിയിൽ പരതി. "അല്ല അമ്മൂമ്മേ, താടിയപ്പൂപ്പൻ പറഞ്ഞിട്ടാണ്. അത്യാവശ്യമാ. വേഗം തരൂ." ദിച്ചുമോൻ തിടുക്കം കൂട്ടി. "എന്താ ആ മനുഷ്യൻ കളിക്കാൻ പോവുകയാണോ? ഉച്ച സമയത്ത് ഈ മനുഷ്യന് വേറെ പണിയൊന്നുമില്ലേ!" ഭർത്താവിനെ കുറ്റപ്പെടുത്തുന്നതിനിടയിൽ ശാരദാമ്മ രണ്ടു സഞ്ചികൾ എടുത്തു ദിച്ചുമോന്റെ കൈയിൽ കൊടുത്തു. അതുമായി അവൾ അടുക്കളത്തോട്ടത്തിൽ ഓടിയെത്തി. "ങാ, ദിച്ചുമോൻ വന്നോ. ഞാൻ ചെയ്യാൻപോകുന്നത് കണ്ടുപഠിച്ചോണ"മെന്നു പറഞ്ഞുകൊണ്ട് താടിയപ്പൂപ്പൻ ജോലി തുടങ്ങി.

ഇലകൾക്കും ശാഖകൾക്കും മാത്രം രോഗം വന്ന ചെടികളെ ഒരു ഭാഗത്തും രോഗം വന്നു ചത്തുപോയ ചെടികളെ മറ്റൊരു ഭാഗത്തുമായി രാജശേഖരൻ തരംതിരിച്ചു വെച്ചു. അതുകണ്ടപ്പോൾ ദിച്ചുമോന് വീണ്ടും സംശയം. "എന്തിനാ, ഈ ചെടികളെയെടുത്ത് അവിടെയുമിവിടെയുമായി മാറ്റിവയ്ക്കുന്നത്." അടുക്കും ചിട്ടയുമായി കാര്യങ്ങൾ പറഞ്ഞു കൊടുത്തില്ലെങ്കിൽ സംശയങ്ങൾ കൂടിക്കൂടി വരുമെന്നറിയാവുന്ന താടിയപ്പൂപ്പൻ എല്ലാം വിശദമായി പറഞ്ഞുകൊടുത്തു.

"ചെടികളെ രണ്ടായി തരംതിരിച്ചുവെച്ചിരിക്കുന്നത് ദിച്ചുമോൻ കണ്ടല്ലോ? അതായത്, ഒരുകൂട്ടം ചെടികൾ ഭാഗികമായി രോഗം വന്നതും രോഗാരംഭത്തിലുള്ളവയുമാണ്. ഈ ചെടികളെ

രോഗമില്ലാത്ത മറ്റുചെടികളിൽനിന്നും മാറ്റി പ്രത്യേകം പരിപാലിക്കാൻ പോവുകയാണ്. ചുരുക്കിപ്പറഞ്ഞാൽ മനുഷ്യർക്ക് സാംക്രമികരോഗങ്ങൾ വരുമ്പോൾ ആശുപത്രികളിൽ ഐസൊലേഷൻ വാർഡിലേക്കു മാറ്റി പ്രത്യേകം പാർപ്പിക്കുന്ന പോലെ രോഗം വന്ന ചെടികളെ മറ്റുള്ളവയിൽനിന്നു മാറ്റി ഐസൊലേഷൻ വാർഡിൽ വെക്കാൻ പോകുകയാണ്. അതായത് രോഗമില്ലാത്ത ചെടികളിൽനിന്നു കുറച്ച് അകലത്തിൽ വെക്കാൻ പോകുന്നു എന്നർത്ഥം. അതാണ് നമ്മുടെ രോഗം വന്ന ചെടികളുടെ ഐസൊലേഷൻ വാർഡ്." താടിയപ്പൂപ്പൻ പറഞ്ഞത് ദിച്ചുമോന് പൂർണ്ണമായും മനസ്സിലായില്ല. "അപ്പൂപ്പാ, ഐസൊലേഷൻ വാർഡിനെപ്പറ്റി പറഞ്ഞത് എനിക്കു ശരിക്കും മനസ്സിലായില്ല." അതു മനസ്സിലാക്കിക്കൊടുക്കുന്നതിന് അടുത്ത കാലത്തുണ്ടായ ഒരു മാരകരോഗത്തെക്കുറിച്ച് താടിയപ്പൂപ്പൻ വിശദീകരിച്ചു.

"ഈ അടുത്തകാലത്തായി ടി വിയിലും പത്രങ്ങളിലുമെല്ലാം നിപ്പാ വൈറസ് മൂലമുണ്ടായ മാരകമായ ഒരുതരം പനിയെപ്പറ്റിയുള്ള വാർത്ത നമ്മൾ കണ്ടിരുന്നല്ലോ. അപ്പോൾ ഡോക്ടർമാരും മറ്റ് ആശുപത്രി ജീവനക്കാരും എന്താണ് ചെയ്തത്.

ഈ രോഗം ബാധിച്ചവരെ പ്രത്യേക ഐസൊലേഷൻ വാർഡിലേക്ക് മാറ്റിപ്പാർപ്പിച്ചു. എന്തിനാണ് അവരെ പ്രത്യേകം മാറ്റിപ്പാർപ്പിച്ചത്?" "അതെനിക്കറിയാം. രോഗം പടർന്നുപിടിക്കാതിരിക്കാനാണ്." ടി വിയിൽ തുടരെ തുടരെവന്ന വാർത്ത ദിച്ചുമോൻ ശ്രദ്ധിച്ചിരുന്നു. വീണ്ടും ഐസൊലേഷൻ വാർഡിനെക്കുറിച്ച് താടിയപ്പൂപ്പൻ കൂടുതൽ കാര്യങ്ങൾ പറയാൻ തുടങ്ങി. "സാംക്രമിക രോഗങ്ങൾ അഥവാ പകർച്ച വ്യാധികൾ ബാധിച്ച രോഗികളെ പ്രത്യേകമായി മാറ്റിപ്പാർപ്പിക്കുന്നതിനുള്ള ആശുപത്രി കെട്ടിടത്തിലെ പ്രത്യേക വിഭാഗത്തിനും മുറികൾക്കും മറ്റുമാണ് ഐസൊലേഷൻ വാർഡ് എന്നു പറയുന്നത്. എന്നാൽ നിപാ വൈറസുപോലെയുള്ള രോഗാണുക്കൾ മൂലമുണ്ടാകുന്ന മാരകമായ പകർച്ചവ്യാധിയുള്ള രോഗികളെ പരിചരിക്കുന്ന ഡോക്ടർമാരും മറ്റുള്ളവരും അതീവ ജാഗ്രത പുലർത്തേണ്ട

താണ്. രോഗികളെ കർക്കശമായി ഐസൊലേഷൻ വാർഡിൽ പാർപ്പിക്കുന്നതോടൊപ്പം രോഗികളുമായി ഇടപഴകുന്ന വരെല്ലാം രോഗം വരാതിരിക്കാൻ പ്രത്യേക ഗൗൺ, മാസ്ക്, കൈയുറ മുത ലായ മുൻകരുതലുകൾ നിർബ്ബന്ധമായും അനുഷ്ഠിക്കേണ്ടതാണ്.”

“വരൂ. സമയം പോയതറിഞ്ഞില്ല.” ദിച്ചുമോനേയും കൂട്ടി രോഗം വന്ന ചെടികളുടെ അടുത്തേക്ക് താടിയപ്പൂപ്പൻ നടന്നു. “മനുഷ്യനെപ്പോലെ ചെടികൾക്കും പലതരം രോഗങ്ങൾ വരുമോ?” ചെടികൾക്കുണ്ടാകുന്ന രോഗങ്ങളെക്കുറിച്ച് വലിയ അറിവില്ലായിരുന്ന ദിച്ചുമോന്റെ ചോദ്യത്തിന് ലളിതമായ മറുപടി കൊടുത്തുകൊണ്ട് താടിയപ്പൂപ്പൻ തന്റെ ജോലി തുടർന്നു. “പിന്നേ, ഫംഗസ്, ബാക്ടീരിയ, വൈറസ് മുതലായ രോഗാണുക്കൾമൂലം ചെടികൾക്ക് പലതരം രോഗങ്ങൾ ഉണ്ടാകാറുണ്ട്. നമ്മുടെ ചെടികൾക്ക് ഫംഗസോ ബാക്ടീരിയയോമൂലമുണ്ടായ വാട്ടരോഗമാണെന്നു തോന്നുന്നു. ചില ചെടികളുടെ ഇലകൾക്ക് മാത്രമാണ് രോഗം വന്നിരിക്കുന്നത്. നമുക്ക് രോഗം വന്ന ഇലകളെ അടർത്തി ഒരു സഞ്ചിയിൽ ഇടാം. ദാ അതുകൊണ്ടോ രണ്ടു തക്കാളിച്ചെടികൾ രോഗം വന്ന് ചത്തിട്ടുണ്ട്. അവയെ വേരോടെ പിഴുതെടുത്ത് സഞ്ചിക്കുള്ളിലാക്കാം.” കാര്യങ്ങൾ പറയുന്നതിനോടൊപ്പം ജോലിയും തുടർന്നു.

രോഗം വന്ന ഇലകളും ശാഖകളും; ചത്തുപോയ ചെടികളും ഒരു കുഴിയിലിട്ട് മണ്ണിട്ടുമൂടി. ഇങ്ങനെ ചെയ്യുന്നത് രോഗമില്ലാത്ത ചെടികളിലേക്ക് രോഗം പകരാതിരിക്കാനുള്ള നിയന്ത്രണ മാർഗ്ഗങ്ങളിൽ വളരെ പ്രാധാന്യമർഹിക്കുന്ന ഒന്നാണെന്ന് ദിച്ചുമോനോട് പറയാൻ താടിയപ്പൂപ്പൻ മറന്നില്ല. “വരൂ, ദിച്ചുമോനെ, ഇനിയും ഭാഗികമായി രോഗം ബാധിച്ചതും രോഗാരംഭത്തിലുള്ളതുമായ ചെടികളെ നമുക്ക് മറ്റുള്ളവയിൽ നിന്നും അകറ്റി കുറച്ച് ദൂരത്തായി വയ്ക്കാം. ആ ഭാഗത്തിന് നമുക്ക് ചെടികളുടെ ഐസൊലേഷൻ വാർഡ് എന്ന് പേരിടാം. നാളെ കൃഷി ഓഫീസറോടു ചോദിച്ചിട്ട് അതിനുവേണ്ട മരുന്ന് പ്രയോഗിക്കണം. അങ്ങനെ, രോഗാരംഭത്തിലുള്ള ചെടികളെയെല്ലാം എടുത്ത്

വീടിന്റെ പടിഞ്ഞാറു വശത്ത് കൊണ്ടുവെച്ചു. തന്റെ ജോലികളെല്ലാം ഏതാണ്ട് കഴിഞ്ഞമട്ടിൽ താടിയപ്പൂപ്പൻ ദിച്ചുമോനെ നോക്കി ചിരിച്ചുകൊണ്ട് ചോദിച്ചു. "രോഗാരംഭത്തിലുള്ള ചെടികളെ രോഗമില്ലാത്തവയിൽ നിന്നു ഐസൊലേറ്റ് ചെയ്യുന്നതെന്തിനാണെന്ന് ഇപ്പോൾ ദിച്ചുമോന് മനസ്സിലായോ?" ഒരു പുതിയ കാര്യം പഠിച്ചതിൽ ദിച്ചുമോന് സന്തോഷമായി. "എനിക്ക് ശരിക്കും മനസ്സിലായി. ഞാൻ പോയിട്ട് അച്ഛനോടും അമ്മയോടും എന്താണ് പറയാൻ പോകുന്നതെന്ന് അറിയാമോ? നമ്മൾ രണ്ടുപേരും കൂടി രോഗികളെയെല്ലാം ഐസൊലേഷൻ വാർഡിലേക്ക് മാറ്റിയിട്ടുവരികയാണെന്നുപറയും. അപ്പോൾ എന്താണ് കാര്യമെന്നറിയാതെ അച്ഛനും അമ്മയും അന്തംവിട്ടു നില്ക്കും. അപ്പോൾ ഞാൻ പറയും. നമ്മുടെ അടുക്കളത്തോട്ടത്തിലെ ചെടികളെയാണ് ഐസൊലേഷൻ വാർഡിൽ പാർപ്പിച്ചിരിക്കുന്നതെന്ന്. നാളെ മുതൽ ചെടിരോഗികൾക്ക് മരുന്നു കൊടുക്കുമെന്നുപറയും." അതുകേട്ടപ്പോൾ താടിയപ്പൂപ്പന് എന്തെന്നില്ലാത്ത സന്തോഷം. അവർ തിരിഞ്ഞു നോക്കിയപ്പോൾ ദിച്ചുമോന്റെ അച്ഛനും അമ്മയും അമ്മൂമ്മയും അവരുടെ പുറകിൽ നില്പുണ്ടായിരുന്നു. അവരെ മൂന്നുപേരെയും കണ്ടമാത്രയിൽ ദിച്ചുമോൻ വിചാരിച്ചു. അയ്യോ, ഞാൻ ഉദ്ദേശിച്ച പരിപാടി പാളിപോയല്ലോ! പക്ഷേ, ദിച്ചുമോന്റെ സംഭാഷണം കേട്ടുകൊണ്ടിരുന്ന അവർക്കു മൂന്നുപേർക്കും സന്തോഷം കൊണ്ട് ചിരിയടക്കാൻ കഴിഞ്ഞില്ല. അവരുടെ സന്തോഷത്തിൽ താടിയപ്പൂപ്പനും ദിച്ചുമോനും പങ്കാളിയായി.

എലി പണിപറ്റിച്ചു: ചിറ്റമ്മൂമ്മ ചമ്മി

ഹർത്താൽ പ്രമാണിച്ച് വിദ്യാലയങ്ങൾക്കെല്ലാം അവധിയായിരുന്നതുകൊണ്ട് ദിച്ചുമോൻ വീട്ടിലുണ്ടായിരുന്നു. തെളിഞ്ഞ ആകാശവും ഇളം കാറ്റുമായപ്പോൾ നല്ല അന്തരീക്ഷം, താടിയപ്പൂപ്പനും ദിച്ചുമോനും കൂടി സായാഹ്നസവാരിക്കിറങ്ങി. അവർ നടന്നുകൊണ്ടിരുന്ന വഴിയിലാണ് താടിയപ്പൂപ്പന്റെ അനുജൻ രാജേന്ദ്രൻ പിള്ളയുടെ വീട്. നടന്നുനടന്ന് അവർ 'കേരരാഗ' ത്തിനടുത്തെത്തി. 'കേരരാഗം' അതാണ് രാജേന്ദ്രൻ പിള്ളയുടെ വീടിന്റെ പേര്. അദ്ദേഹത്തെ നാട്ടുകാരെല്ലാം സ്നേഹത്തോടെ രാജൻപിള്ളേച്ചൻ, പിള്ളേച്ചൻ എന്നൊക്കെയാണ് വിളിക്കുന്നത്. പിള്ളേച്ചൻ വലിയ കർഷകനൊന്നുമല്ലെങ്കിലും ഒന്നരയേക്കറോളം തെങ്ങിൻപുരയിടമുണ്ട്.

രാജേന്ദ്രൻ പിള്ളയെ ചിറ്റപ്പൂപ്പനെന്നും അദ്ദേഹത്തിന്റെ ഭാര്യ വിലാസിനിയെ ചിറ്റമ്മൂമ്മയെന്നുമാണ് ദിച്ചുമോൻ വിളിക്കുന്നത്. കേരരാഗത്തിൽനിന്നും ഒന്നര കി മീറ്റർ ദൂരെയുള്ള ഗവ. ഹൈസ്കൂളിലെ ഇംഗ്ലീഷ് അദ്ധ്യാപികയാണ് വിലാസിനി.

കേരരോഗത്തിന്റെ ഗേറ്റിനരികിൽ എത്തിയപ്പോൾ ദിച്ചുമോന്, ചിറ്റമ്മൂമ്മയുണ്ടാക്കുന്ന മൊരിച്ച ദോശയുടെ ഓർമ്മവന്നു. "താടിയപ്പൂപ്പാ, നമുക്ക് ചിറ്റപ്പൂപ്പന്റെ വീട്ടിൽ കയറിയിട്ടുപോ

യാലോ?" മറ്റാരെക്കാളും ഇഷ്ടമുള്ള കൊച്ചുമകളുടെ ഇഷ്ടത്തിന് വിപരീതമായി അപ്പൂപ്പൻ ഒന്നും പറയില്ലെന്ന് അവൾക്ക് അറിയാം. "ശരി ദിച്ചുമോനെ, കയറിയിട്ടു പോകാം. പക്ഷേ, ചിറ്റപ്പൂപ്പന്റെ മക്കൾ രണ്ടുപേരും അവിടെയില്ലെന്നു തോന്നുന്നു." താടിയപ്പൂപ്പന്റെ സംശയം ദിച്ചുമോനെ നിരുത്സാഹപ്പെടുത്തി.

"ആര്, രാഗം കുഞ്ഞമ്മയും ചിക്കുകുഞ്ഞമ്മയുമോ? ഓ, അത് സാരമില്ല. ചിറ്റപ്പൂപ്പനും ചിറ്റമ്മൂമ്മയുമുണ്ടല്ലോ? എന്നാൽ വരൂ. നമുക്ക് കയറിയിട്ടു പോകാം." അങ്ങനെ കൊച്ചുമകളുടെ ആഗ്രഹത്തിന് താടിയപ്പൂപ്പൻ വഴങ്ങി.

താടിയപ്പൂപ്പനും ദിച്ചുമോനും ശബ്ദമുണ്ടാക്കാതെ കേരരാഗത്തിലേക്കുകയറിയപ്പോൾ വിലാസിനി ടീച്ചർ സിറ്റൗട്ടിലിരുന്ന് എന്തൊക്കെയോ പിറുപിറുത്തുകൊണ്ട് സ്കൂളിലെ കുട്ടികളുടെ ഉത്തരകടലാസ് നോക്കി മാർക്കിട്ടു കൊണ്ടിരിക്കുകയായിരുന്നു. ഇടയ്ക്കിടയ്ക്ക് ഉറക്കം തൂങ്ങുന്നുമുണ്ട്. രാജൻപിള്ളേച്ചൻ, രാത്രിയിലേക്കുള്ള പ്രധാന ആഹാരമായ കപ്പപുഴുക്ക്, പാകം ചെയ്യുന്ന തിരക്കിലായിരുന്നു. ചേട്ടൻരാജശേഖരനെയും കൊച്ചുമകളെയും കണ്ടപ്പോൾ പിള്ളേച്ചനും ടീച്ചറും ജോലിയെല്ലാം നിർത്തി വർത്തമാനം തുടങ്ങി. അതിനിടയിൽ വിലാസിനി ടീച്ചർ പെട്ടെന്ന് അടുക്കളയിലേക്കുപോയി. താടിയപ്പൂപ്പനും ചിറ്റപ്പൂപ്പനും കൂടി വീട്ടിലേയും നാട്ടിലേയും വിശേഷങ്ങളും തെല്ലുപരദൂഷണവും പറഞ്ഞ് ചിരിച്ച് രസിച്ചുകൊണ്ടിരുന്നു. കുറച്ചു നേരമായപ്പോൾ ദിച്ചുമോന് ബോറടിച്ചു. അവളുടെ മനസ്സിൽ കുറേ നാളുകളായി ഒരു സംശയം അലയടിക്കുന്നുണ്ടായിരുന്നു. സംശയം തീർക്കാനും, അപ്പൂപ്പന്മാരുടെ വാചകമടി നിർത്താനും ഇതുതന്നെ നല്ല അവസരമെന്ന് അവൾക്ക് തോന്നി. "ചിറ്റപ്പൂപ്പാ, എന്തർത്ഥത്തിലാണ് കേരരാഗമെന്ന് ഈ വീടിനു പേരിട്ടിരിക്കുന്നത്." "അതു വെറും സിംപിളല്ലേ മോളേ." അവളുടെ സംശയത്തിനുള്ള മറുപടി രാജന് പിള്ളേച്ചൻ വിശദമായി പറഞ്ഞുകൊടുത്തു. "ഞാൻ വലിയ കർഷകനൊന്നുമല്ലെങ്കിലും ഇവിടെ പ്രധാനമായും കൃഷി ചെയ്യുന്നത് തെങ്ങാണന്ന് മോൾക്ക് അറിയാമല്ലോ? കേരം എന്നുപറഞ്ഞാൽ എന്താണ്. തെങ്ങ്. ഇവി

ടത്തെ മൂത്തകൊച്ചിന്റെ പേര് രാഗം എന്നാണെന്നറിയാമല്ലോ. കേരം+രാഗം = കേരരാഗം. അങ്ങനെ കേരം രാഗം, എന്നീ രണ്ടു പേരുകളും കൂടി ചേർത്ത് കേരരാഗം എന്ന സങ്കരയിനം പേര് വീടിന് കൊടുത്തു." അത്രയും പറഞ്ഞിട്ട് ചിരിച്ചുകൊണ്ട് പിള്ളേച്ചൻ ദിച്ചുമോന്റെ മുഖത്തേക്ക് നോക്കി "ഹായ്, നല്ല പേര്" ദിച്ചുമോന് സന്തോഷമായി.

"ചിറ്റമ്മൂമ്മേ" എന്ന് നീട്ടി വിളിച്ചുകൊണ്ട് ദിച്ചുമോൻ അടുക്കളയിലേക്കു പോയി. അപ്പോൾ രണ്ടുവലിയ കപ്പുനിറയെ ചിറ്റമ്മൂമ്മ ചായ പകരുകയായിരുന്നു. ചായയുമായി മുൻവശത്തെ മുറിയിലേക്കുപോയ ചിറ്റമ്മൂമ്മയുടെ പുറകേ ദിച്ചുമോനും പോയി. "ചിറ്റമ്മൂമ്മേ, നമുക്ക് അടുക്കളയുടെ പുറകുവശത്തുള്ള ചാമ്പമരത്തിൽനിന്നും ചാമ്പയ്ക്കാ അടർത്തിക്കൊണ്ടുവരാം?" അവളുടെ ചാമ്പയ്ക്കാ തിന്നാനുള്ള കൊതി വിലാസിനി ടീച്ചർക്ക് മനസ്സിലായി. "ശരി വരൂ. നമുക്കവിടേക്കു പോകാം. അപ്പൂപ്പന്മാരു രണ്ടുപേരും അവിടിരുന്ന് മധുരമില്ലാത്ത ചായ കുടിച്ച് രസിക്കട്ടെ." ദിച്ചുമോന്റെ കൈയും പിടിച്ച് ചിറ്റമ്മൂമ്മ ചാമ്പമരച്ചുവട്ടിലേക്കുപോയി. കൈ നിറയെ ചാമ്പയ്ക്കായുമായി വീട്ടിനുള്ളിലേക്ക് കയറാൻ പോയപ്പോൾ എന്തോ അത്ഭുതം കണ്ട പോലെ ദിച്ചുമോൻ പെട്ടെന്നു നിന്നു. വീടിന്റെ പുറകുവശത്തെ ഭിത്തിയോട് ചേർന്ന് ഉണങ്ങിയതും പകുതി ഉണങ്ങിയതും മറ്റുമായ നൂറുകണക്കിന് കരിക്ക് (ഇളനീർ) കൂട്ടിയിട്ടിരിക്കുന്നു. അവൾ വലിയ അതിശയത്തോടെ ചോദിച്ചു. "ചിറ്റമ്മൂമ്മേ, ഇത്രയും തേങ്ങാ ചീത്തയായിപ്പോയതാണോ?" അതൊരു വലിയ കാര്യമൊന്നുമല്ലാത്ത രീതിയിലായിരുന്നു ചിറ്റമ്മൂമ്മയുടെ മറുപടി.

"അതു ചീത്തയായ തേങ്ങയൊന്നുമല്ലെടാ കുട്ടാ. കരിക്കുകളാണ്." അടുക്കളയിലേക്കുകയറുമ്പോഴും ദിച്ചുമോന്റെ ശ്രദ്ധ കൂനപോലെ കൂട്ടിയിട്ടിരിക്കുന്ന കരിക്കുകളിലായിരുന്നു. അതു ശ്രദ്ധിച്ച ചിറ്റമ്മൂമ്മ ഒരു ടീച്ചറുടെ ഗൗരവത്തോടെ വീണ്ടും പറഞ്ഞുതുടങ്ങി.

"ദാ അവിടെ പടിഞ്ഞാറ് വശത്ത് പൊക്കം കുറഞ്ഞ സങ്കര

യിനം തെങ്ങുകൾ മോൾ കണ്ടില്ലേ. ചെറിയ കുട്ടികൾക്കുപോലും ഒരു തോട്ടികൊണ്ട് എത്ര കരിക്കുവേണമെങ്കിലും അടർത്തിയിടാം. ഹോസ്റ്റലിൽ താമസിക്കുന്ന ഇവിടുത്തെ മക്കളു രണ്ടുപേരും കുറച്ചുദിവസം അവധി കിട്ടിയപ്പോൾ ഇവിടെയുണ്ടായിരുന്നത് മോൾക്ക് അറിയാമല്ലോ." ആ പറഞ്ഞത് ഒന്നുകൂടി സ്ഥിരീകരിക്കാനായി ദിച്ചുമോൻ ചോദിച്ചു. "ആര് രാഗം കുഞ്ഞമ്മയും ചിക്കു കുഞ്ഞമ്മയുമോ?" "അതേ. അതെ. രണ്ടു പേരുടെയും കുസൃതിത്തരങ്ങൾ ഈയിടെയായി കുറച്ചുകൂടുതലാണ്. അധികപ്രസംഗികളായി വരുകയാണ്." കുഞ്ഞമ്മമാരെ കുറ്റം പറഞ്ഞത് ദിച്ചുമോന് ഇഷ്ടപ്പെട്ടില്ല.

"ഇല്ല ചിറ്റമ്മൂമ്മേ. അവരു രണ്ടുപേരും പാവമാ." "ഓ ആയിക്കോട്ടെ കുഞ്ഞമ്മമാരുടെ പുന്നാര മോളല്ലിയോ" എന്നു പറഞ്ഞുകൊണ്ട് ഇവിടെ ഇത്രയധികം കരിക്കുകൾ കൂടി കിടക്കാനുള്ള കാരണം ചിറ്റമ്മൂമ്മ പറയാൻ തുടങ്ങി. "എനിക്കുതോന്നുന്നത്, ഇത്രയുമധികം കരിക്കുകൾ അടർത്തിയെടുത്തത് അവരുടെ രണ്ടുപേരുടെയും അവധിക്കാലത്തെ പല ദിവസങ്ങളിലായുള്ള പണിയാണെന്നാണ്. അല്ലാതെ ആരാ ഇവിടെ ഇത്രയുമധികം കരിക്കുകൾ അടർത്തിയിടുന്നത്. മോള് ശ്രദ്ധിച്ചു നോക്കിക്കേ. ദാ കണ്ടില്ലേ, എല്ലാ കരിക്കിന്റെയും ഞെടുപ്പുഭാഗത്ത് തുരന്ന് കുഴിച്ച് വച്ചിരിക്കുന്നത്. അവരു രണ്ടുപേരും കൂടി ഓരോദിവസവും പലപ്പോഴായി കരിക്ക് അടർത്തി വെള്ളം കുടിച്ചിട്ട് കൂട്ടിയിട്ടിരിക്കുന്നതാണെന്നാണ് എന്റെ ബലമായ സംശയം. ഇത് അവരുതന്നെ പറ്റിച്ച പണിയാ." അത് എങ്ങനെ സംഭവിച്ചുവെന്ന് വിലാസിനി ടീച്ചർക്ക് അത്ര നിശ്ചയമില്ലെങ്കിലും മക്കളുടെ മേൽ പഴിചാരി.

ചിറ്റമ്മൂമ്മയുടെയും ദിച്ചുമോന്റെയും സംഭാഷണം കേട്ടുകൊണ്ട് അടുക്കളയിലേക്കു ചെന്ന അപ്പൂപ്പന്മാർ രണ്ടുപേരും ഹാ, ഹാ, ഹ, ഹാ എന്ന് ഉച്ചത്തിൽ ചിരിക്കാൻ തുടങ്ങി. അതു കേട്ട് ചിറ്റമ്മൂമ്മയും ദിച്ചുമോനും തിരിഞ്ഞു നോക്കിയപ്പോൾ ചിറ്റപ്പൂപ്പൻ ചിരിയടക്കാൻ നന്നേ പാടുപെടുന്നതാണ് കണ്ടത്. ഒരു കണക്കിന് ചിരി നിർത്തിയിട്ട് രാജൻ പിള്ളേച്ചൻ കരിക്കു

വിഷയത്തിലേക്കു കടന്നു. "ഈ ചിറ്റമ്മൂമ്മ പറഞ്ഞതൊന്നും മോള് വിശ്വസിക്കല്ലെ. ഞാനും താടിയപ്പൂപ്പനും കൂടി അടുത്ത മുറിയിലിരുന്ന് ഈ കൂട്ടിയിട്ടിരിക്കുന്ന കരിക്കിന്റെ കാര്യമായിരുന്നു പ്രധാനമായും സംസാരിച്ചുകൊണ്ടിരുന്നത്. രാഗത്തിനും ചിക്കുവിനും ഇതിൽ യാതൊരു പങ്കുമില്ല. അവരേക്കാൾ വിരുതന്മാരായ ചിലർ തെങ്ങിൻ മണ്ടയിൽ സ്ഥിരതാമസമാക്കിയിട്ടുണ്ട്. ഇതെല്ലാം അവരുടെ പണിയാണ്." അതുകേട്ടപ്പോൾ ദിച്ചുമോന് ഒരു എത്തുംപിടിയും കിട്ടിയില്ല. "ചിറ്റപ്പൂപ്പൻ വെറുതെ പുളു അടിക്കല്ലേ." "അല്ല മോളെ സത്യമാണ്. അതിനാരാ ചിറ്റപ്പൂപ്പാ തെങ്ങിൻമണ്ടയിൽ താമസിക്കുന്നത്." കാര്യങ്ങൾ അറിയാനുള്ള അവളുടെ ആകാംക്ഷ രാജൻപിള്ളേച്ചന് ആ സംഭവം വിശദീകരിക്കാൻ പ്രചോദനമായി. "ഞാൻ പറയാൻ പോകുന്നത് കേൾക്കുമ്പോൾ മോൾ അതിശയിക്കും. ഇത്രയധികം കരിക്കുകൾ നശിപ്പിച്ചത് തെങ്ങിൻ മണ്ടയിൽ കുടുംബസമേതം താമസിക്കുന്നവരാണ്. അവരാണ് ഒരിനം എലികൾ.

കരിക്കിന്റെ മാർദ്ദവമുള്ള ഞെടുപ്പുഭാഗത്ത് എലികൾ കാർന്ന് തുളയുണ്ടാക്കി അതിനുള്ളിലുള്ളത് ഭക്ഷിക്കുന്നു. അങ്ങനെ മുറിവുണ്ടാക്കുന്നതുകൊണ്ട് അവയെല്ലാം കൊഴിഞ്ഞു പോകുന്നു." ദിച്ചുമോന് അത് ഒരു പുതിയ അറിവായിരുന്നു.

വീടിനുള്ളിലും മച്ചിന്റെ മുകളിലും മറ്റും എലികളുണ്ടെന്ന് കേട്ടിട്ടുണ്ട്. പക്ഷേ, തെങ്ങിന്റെ മുകളിൽ സ്ഥിരതാമസക്കാരായ എലികളുണ്ടെന്ന് ആദ്യമായി കേൾക്കുകയാണ്. ആ സമയം ചിറ്റമ്മൂമ്മയുടെ മുഖഭാവം ഒന്നു കാണേണ്ടതുതന്നെയാണ്. തനിക്കുപറ്റിയ അമളി ഓർത്ത്, ആമ തല ഉള്ളിലേക്ക് വലിക്കുന്നതുപോലെ ടീച്ചറമ്മ ചമ്മിയ മുഖവുമായി കിടപ്പുമുറിയിലേക്കു വലിഞ്ഞു. അപ്പോൾ ഊറിയ ചിരിയോടെ രാജൻ പിള്ളേച്ചൻ ഭാര്യയുടെ മുഖത്തേക്ക് ഒളിക്കണ്ണിട്ടു നോക്കി. അതുകൂടി കണ്ടപ്പോൾ ടീച്ചറുടെ ദേഷ്യം എരിതീയിൽ എണ്ണ ഒഴിച്ചതുപോലെയായി.

തെങ്ങിന്റെ ശത്രുവായ എലികളെക്കുറിച്ച് കൂടുതൽ അറിയാനുള്ള ആകാംക്ഷയോടെ ദിച്ചുമോൻ ചോദിച്ചു. "ഈ എലികൾ തെങ്ങിൻ മണ്ടയിൽ തന്നെയാണോ താമസിക്കുന്നത്.

താഴേക്ക് ഇറങ്ങിവരില്ലേ? “വരൂ, നമുക്ക് ഊണുമുറിയിൽ പോയി ചിറ്റമ്മൂമ്മയുടെ കൈയിൽനിന്ന് ദോശയും വാങ്ങി കഴിച്ചുകൊണ്ട് കൂടുതൽ കാര്യങ്ങൾ സംസാരിക്കാം.” ദിച്ചുമോന്റെ കൈയും പിടിച്ച് രാജൻ പിള്ളേച്ചൻ താടിയപ്പൂപ്പനെയും കൂട്ടി ഊണുമുറിയിലേക്കു പോയി.

പല പ്രാവശ്യം കേരകർഷക സെമിനാറുകളിൽ പങ്കെടുത്ത് സമ്പാദിച്ച വിവരങ്ങളുടെ അടിസ്ഥാനത്തിൽ രാജൻ പിള്ളേച്ചൻ കൂടുതൽ വാചാലനായി. “മോളേ ഈ ഇനം എലികൾ മിക്കവാറും തെങ്ങിൻ മണ്ടയിൽ തന്നെ സ്ഥിരതാമസക്കാരാണ്. അപൂർവ്വമായേ താഴേക്ക് ഇറങ്ങിവരാറുള്ളൂ. ഇവർ അവിടെ കുടുംബസമേതം താമസമാണ്. ഇവ ധാരാളമായി പെറ്റുപെരുകുന്നു; പ്രത്യേകിച്ചും ഫെബ്രുവരി-മാർച്ച്, ജൂലായ്- ആഗസ്ത് എന്നീ മാസങ്ങളിൽ. അടുത്തടുത്ത് തെങ്ങുകൾ ഉള്ളപ്പോൾ അവയുടെ ഓലകൾ തമ്മിൽ പലപ്പോഴും മുട്ടിയുരുമ്മി നില്ക്കുകയായിരിക്കും. മുട്ടിയുരുമ്മി നില്ക്കുന്ന ഓലകളിൽ കൂടി ഒരു പാലത്തിൽക്കൂടി പോകുന്നതുപോലെ എലികൾ ഒരു തെങ്ങിൻ നിന്നു മറ്റൊന്നിലേക്ക് യഥേഷ്ടം സഞ്ചരിക്കുന്നു. ഒരു പുരയിടത്തിലെ തെങ്ങുകളിൽ മാത്രമല്ല അടുത്തടുത്ത പുരയിടത്തിലെ തെങ്ങുകളിലേക്കും ഈ രീതിയിൽ എലികൾക്ക് നിഷ്പ്രയാസം പോകാം. ലക്ഷദീപിലെ പ്രധാന കൃഷി തെങ്ങാണല്ലോ? ഈ ദീപുകളിൽ തെങ്ങിന്റെ ഒരുവനം എന്നു തോന്നിക്കുന്ന രീതിയിൽ വളരെ അടുത്തടുത്താണ് തെങ്ങ് വളർന്നുനില്ക്കുന്നത്. അതുകൊണ്ടുതന്നെ എലികൾ അവിടെ തെങ്ങിന്റെ പ്രധാന ശത്രുവാണ്. ദ്വീപുകളിലെ കേരകർഷകർക്ക് വളരെ ഭീമമായ നഷ്ടമാണ് എലികൾ മൂലമുണ്ടാകുന്നത്.

മൂന്നു മുതൽ ആറുമാസം പ്രായമായ കരിക്കുകളെയാണ് എലികൾ ആക്രമിക്കുന്നത്. എലികളെ സംബന്ധിച്ച് അത് അവരുടെ ആഹാരമാണ്. എന്നാൽ കർഷകന് വലിയ നഷ്ടമാണ്. എലികൾ മുറിവുണ്ടാക്കുന്നതുകൊണ്ടാണ് കരിക്കുകൾ കൊഴിഞ്ഞുപോകുന്നതെന്ന് ഞാൻ നേരത്തെ സൂചിപ്പിച്ചല്ലോ? അങ്ങനെ എലികളുടെ ആക്രമണംമൂലം കൊഴിഞ്ഞു വീണ

കരിക്കുകളാണ് വീടിന്റെ പുറകുവശത്ത് കൂട്ടിയിട്ടിരിക്കുന്നത്. എന്നാൽ ഈ എലികളെ നിയന്ത്രിക്കാൻ ഇന്ന് ഫലപ്രദമായ മാർഗ്ഗങ്ങളുണ്ട്. പക്ഷേ, തെങ്ങുകയറ്റക്കാരെ കിട്ടാനാണ് പ്രയാസം."

എല്ലാം കേട്ടുകഴിഞ്ഞപ്പോൾ ചെറിയ സങ്കടത്തോടെ ദിച്ചുമോൻ പറഞ്ഞു. "ചിറ്റമ്മൂമ്മയ്ക്ക് ഇതൊന്നും അറിയാത്തതുകൊണ്ടല്ലിയോ ചിറ്റപ്പൂപ്പൻ കളിയാക്കിയപ്പോൾ ചമ്മിയത്. ഈ എലികൾ കാരണമാണ് പാവം രാഗം കുഞ്ഞമ്മയെയും ചിക്കുകുഞ്ഞമ്മയെയും ചിറ്റമ്മൂമ്മ സംശയിച്ചത്. പണി പറ്റിച്ചത് എലികളും ചമ്മിയത് ചിറ്റമ്മൂമ്മയും." എന്നാൽ ചിറ്റമ്മൂമ്മ വിഷമിക്കുന്നത് ദിച്ചുമോന് ഇഷ്ടമല്ല. അതുകൊണ്ട് അപ്പൂപ്പന്മാരോടൊപ്പം ചിറ്റമ്മൂമ്മയുടെ സ്കൂളിലെ കാര്യങ്ങൾ തിരക്കാൻ തുടങ്ങി. അപ്പോൾ വിലാസിനി ടീച്ചർക്ക് സന്തോഷമായി. സംസാരിച്ചുകൊണ്ടിരുന്നപ്പോൾ സമയം പോയത് ആരും അറിഞ്ഞില്ല. പെട്ടെന്നുതന്നെ ടീച്ചർ അടുക്കളയിലേക്കു പോയി. എല്ലാവർക്കും ദോശയും സാമ്പാറും ചായയും കൊണ്ടുവന്ന് മേശപ്പുറത്ത് വിളമ്പി. എല്ലാവരും സന്തോഷത്തോടെ കട്ടിയുള്ള സാമ്പാറും കൂടി ദോശ കഴിച്ചു. കൈകഴുകിക്കൊണ്ടിരുന്നപ്പോൾ താടിയപ്പൂപ്പന്റെ മൊബൈൽ ഫോണിൽ വിളി വന്നു. ഫോൺ സ്പീക്കർ മോഡിലായിരുന്നു. ഹലോ, എന്ന് താടിയപ്പൂപ്പൻ പറഞ്ഞയുടനെ തന്നെ മറുഭാഗത്തുനിന്നും ശാരദാമ്മയുടെ വക ശാസന വന്നു. "ഈ മനുഷ്യൻ ഇതെവിടെ പോയിരിക്കുവാ? ആ കൊച്ചുകുഞ്ഞിനെങ്കിലും സമയത്തിന് ആഹാരം കൊടുക്കണ്ടേ? കുഞ്ഞിന് ഹോംവർക്ക് ചെയ്യാനില്ലേ? വരുമ്പോൾ ഒരു കിലോ തക്കാളി കൂടി വാങ്ങിക്കൊണ്ടുവരണം." "വരുവാടി" താടിയപ്പൂപ്പൻ ഒറ്റ വാക്കിൽ മറുപടി കൊടുത്ത് ഫോൺ കട്ട് ചെയ്തു. "എന്നാൽ ഞങ്ങൾ ഇറങ്ങുവാ." ദിച്ചുമോന്റെ കൈയും പിടിച്ച് താടിയപ്പൂപ്പൻ വഴിയിലേക്കിറങ്ങി. അവർ തമാശകൾ പറഞ്ഞ് പൊട്ടിച്ചിരിച്ചുകൊണ്ട് വീട്ടിലേക്കുപോയി.

9 789389 410198

Printed by Libri Plureos GmbH in Hamburg,
Germany